ஜோசப் ஸ்டாலின்

கோ. எழில்முத்து

சத்யா

Title:
Joseph Stalin
© Ko.Ezhilmuthu
ISBN: 978-93-92474-42-2
Title Code : Sathyaa - 023

நூல் தலைப்பு
ஜோசப் ஸ்டாலின்

நூல் ஆசிரியர்
கோ. எழில்முத்து

முதற்பதிப்பு
அக்டோபர் 2022

விலை : 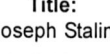 200

பக்கம் : 160

Printed in India
Published by
Sathyaa Enterprises
No.137, First Floor,
Choolaimedu,
Chennai - 600 094.
044 - 4507 4203

Email
sathyaabooks@gmail.com

அன்புடன்
ஞானபீட விருது பெற்ற எழுத்து வேந்தர் **ஜெயகாந்தன்** அவர்களுக்கு

உள்ளே புகுமுன்...

லெனின் தலைமையில் சோவியத் ருஷ்யா உருவான நாள் தொடங்கி சண்டை சச்சரவு, கோஷ்டி மோதல், யார் ஆளுவது, பிற தேசங்களின் அச்சுறுத்தல், பொருளாதார மந்த நிலை, பாழ்பட்டு, பண்ணை அடிமைகளாய், விவசாயிகளும், கொத்தடிமைகளாய் தொழிலாளர்களும் போகப் பொருளாய் பெண்ணடிமைகளும் நிறைந்த தேசமதை தூக்கி அனைத்து சவால்களையும் எதிர் நின்று போராடியவர் ஸ்டாலின் என்றால் மிகையாகாது.

அவரது மார்க்ஸிய, லெனினிய சித்தாந்த கனவு இன்று அங்கு நிறைவேற காரணமாயிருந்த முன்னோடிகளில் ஸ்டாலினும் குறிப்பிடத்தக்கவர்.

மகாகவி பாரதியார் லெனினைப் பற்றியும், சோவியத் புரட்சிக் குறித்தும் குறிப்பிடுகையில், 'மத்தளத்துக்கோ இரண்டு பக்கம் இடி; ஸ்ரீமான் லெனினுக்கோ திரும்புகிற பக்கமெல்லாம் இடி' என்பது இரும்பு மனிதர் ஸ்டாலினுக்கும் நூற்றுக்கு நூறு பொருந்தும்.

சோவியத் புரட்சிக்குப் பின் ரொட்டித் துண்டுக்கும், ஒரு வேளைச் சோற்றுக்கும் அல்லாடிய மக்கள் தேசமாய் இருந்தது. இதிலிருந்து மக்களைக் காப்பாற்ற ஜார் அரசும் அவர்களுக்கு கைக் கூலிகளாக இருந்த மதகுருமார்கள், பிரபுக்கள், கூட இருந்தே குழி பறிக்கும் தோழர்கள் என அனைவரின் தகிடுத் தத்தாக்களை மக்கள் முன் தோலுரித்துக் காட்டி உழைக்கும் மக்களாகிய சோவியத் ருஷ்ய மக்களை மீட்டெடுத்தவர் ஜோசப் ஸ்டாலின்.

ஒரு பக்கம் முதல் உலக யுத்தம் ஏற்பட்டு கொத்து கொத்தாக மக்களை பலிகடா ஆக்கிய ஜாரின் அரசியல் வீழ்ச்சியை சமாளித்து, பொருளாதார எழுச்சியை மக்களின் துணையோடு வென்றெடுத்தவர் ஸ்டாலின்.

ஸ்டாலினின் பிம்பம், “தன்னை எதிர்த்தவர்களை, அவர்கள் எத்தனைப் பெரிய சிந்தனைவாதிகளாய் இருந்தும் ஈவு இறக்கமின்றி கொன்றொழித்தவர்' என்றிருந்தாலும், தேசத்தை நிர்மானிக்கவும், சோவியத் ருஷ்யா ஒரு வல்லரசாக உருமாற்றம் பெறவும், உலகையே அச்சுறுத்திய மேற்குஉலக நாடுகளின் முதலாளித்துவ செயல் வடிவங்கள் தம் தேசத்தில் படராவண்ணம் மக்களை முன்னெடுத்துச் சென்றவர் ஸ்டாலின் என்பதில் இருவேறு கருத்துக்கு இடமில்லை.”

இன்று சோவியத் யூனியன் இத்தகைய அபார வளர்ச்சி எய்தி பல நாடு களுக்கும் உதவிக்கரம் நீட்டியும், செயல்படுவது ஸ்டாலினின் செயல்பாடே.

மேலும், கம்யூனிச தேசங்கள் உருவாக, புரட்சி மூலம் தேசங்கள் ஈடுபட்டு அதில் வெற்றியும் கண்டு நிலைத்து நிற்பதற்கு ஸ்டாலின் வழிமுறையே என்பது நிதர்சனம்.

சீன, வடகொரியா, தென்கொரியா, கியூபா போன்ற கம்யூனிச சித்தாந்தத்தை பதாகை ஏற்றி வெற்றி பெற்ற தேசங்களின் முன்னோடி ஜோசப் ஸ்டாலின் அவர்களே ஆவர்.

சோசலிச, கம்யூனிசத்தின் வெற்றிக்கு அடிக்கோலிட்டவர் ஸ்டாலின் ஒருவரே. அதனை செயல் முறையில் கையாண்டு வெற்றியும் கண்டவர்.

அவரது வாழ்க்கை கரடு முரடும் ஆனது. ஒரு செருப்பு தைக்கும் தொழிலாளி குடும்பத்தில் பிறந்து, கிறித்துவ மதப் பிடிமானத்தால் வளர்த்தெடுத்த வாழ்வியலில் முகிழ்ந்து, தனது சுய சிந்தனையால் மார்க்சீய பிடிப்போடு வளர்ந்து லெனினுக்குப் பின் சோவியத் ருஷ்யாவை உலக நாடுகளுக்கு இணையாக கட்டி எழுப்பியவர் ஸ்டாலின்.

அவரது வாழ்வியல் ஒவ்வொரு மனிதருக்குள்ளும் ஒரு திசை வழிகாட்டி என்பதே மெய்.

சோவியத் புரட்சி முதல் இரண்டாம் உலக யுத்தத்தில் வெற்றி பெற்று அந்த யுத்தம் அதாவது மூன்றாம் உலக யுத்தம் நிகழாவண்ணம் தன் செயல்பாட்டால் ஆளுமையால் நிருபித்துக் காட்டியவர்.

சோவியத் ரஷ்யா எனும் மாபெரும் தேசத்தைக் காட்டியமைத்த சிற்பியும், உலகில் முதல் சோசலிச சமுதாயத்தை வெற்றிகரமாக உருவாக்கிய மாபெரும் தலைவர்; உலகத் தலைவர்களில் இன்றும் அவரைப் பேசுகிறோம் என்றால் வல்லாண்மையான ஒரு தேசத்தை நம்முன் நிறுத்தியவர் என்பதே காலத்தின் கண்கூடு.

இத்தகைய புரட்சி மனிதர் ஸ்டாலின் குறித்து எழுதப் பணித்த பதிப்பாளர் மணிவண்ணன் அவர்களுக்கு என்றும் நன்றி கூறத் தகும்.

அன்புடன்
கோ. எழில்முத்து

உள்ளே...

1.	பழங்கால சோவியத் ரஷ்யா	10
2.	18 –ஆம் நூற்றாண்டின் இறுதிக் காலங்கள்	15
3.	லெனின் சந்திப்பும் பெயர் மாற்றமும்	27
4.	லெனினும் ஸ்டாலினும்	34
5.	முதல் உலக யுத்தம்	47
6.	புதிய ருஷ்யா	54
7.	வளர்ச்சியும் – எதிரிவினைகளும்	64
8.	லெனின் மறைவு – பின் விளைவு	67
9.	டிராஸ்கி வெளியேற்றம்	71
10.	ஐந்தாண்டு திட்டம்	76
11.	இரும்பு மனிதர்	83
12.	எழுச்சியும் சதிகளும்	88
13.	குற்றமும் தண்டனையும்	91
14.	ஸ்டாலின் மதில்	97
15.	இட்லரும் – ஸ்டாலினும்	101

16.	ஜெர்மானியர்களின் ஊடுருவல்	104
17.	ஹிட்லரின் நரித்தனம்	109
18.	எண்ணெய் பலம்	115
19.	ஸ்டாலினின் 'பச்சைக் குதிரை'	120
20.	ரயிலும் ரயில் பாதைகளும்	127
21.	ஆயிரம் உண்டிங்கு ஜாதி	131
22.	இரண்டாம் உலகம் யுத்தம்	136
23.	அமைதியை நோக்கி	145
24.	முறுக்கு மீசைக்கில்லை குறுக்கு சிந்தனை	152
25.	ஜோசப் ஸ்டாலின் வாழ்வியல் பருவங்கள்	156

❑

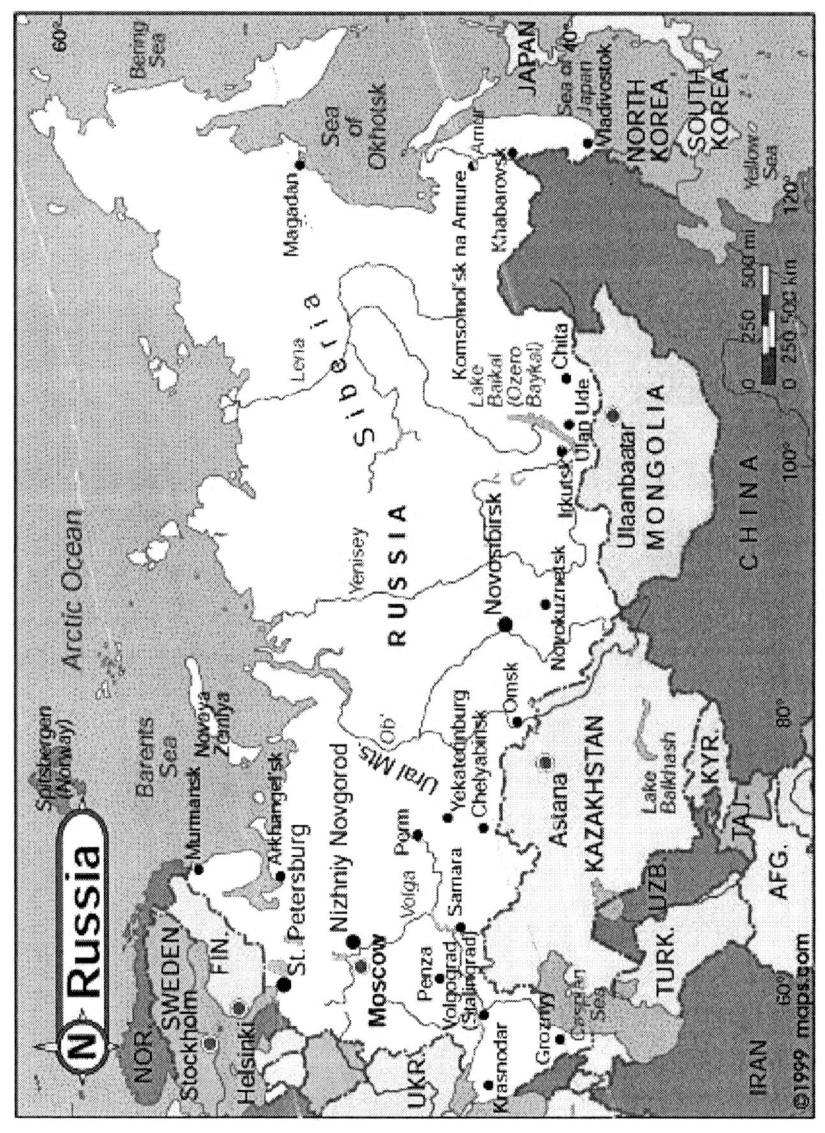

Russia
N
NOR.
SWEDEN
Stockholm
FIN.
Helsinki
St. Petersburg
Murmansk
Arkhangel'sk
Spitsbergen (Norway)
Barents Sea
Novaya Zemlya
Arctic Ocean
Moscow
Nizhniy Novgorod
Penza
Volga
Samara
Perm
Volgograd (Stalingrad)
UKR.
Krasnodar
Grozny
Caspian Sea
Yekaterinburg
Chelyabinsk
Ural Mts.
Ob'
Omsk
Novosibirsk
Novokuznetsk
Yenisey
RUSSIA
Siberia
Lena
Irkutsk
Ulan Ude
Chita
Lake Baikal (Ozero Baykal)
Komsomol'sk na Amure
Khabarovsk
Amur
Magadan
Sea of Okhotsk
Bering Sea
JAPAN
Sea of Japan
Vladivostok
NORTH KOREA
SOUTH KOREA
Yellow Sea
MONGOLIA
Ulaanbaatar
CHINA
KAZAKHSTAN
Astana
Lake Balkhash
KYR.
TAJ.
UZB.
TURK.
AFG.
IRAN
60°
80°
100°
120°
40°
0 250 500 mi
0 250 500 km
©1999 maps.com

ஸ்டாலின் கால ருஷ்யா

1. பழங்கால சோவியத் ரஷ்யா

உலகளவில் நடந்த புரட்சிகளில் ப்ரெஞ்ச் புரட்சியும், அமெரிக்க புரட்சியும், ரஷ்யப் புரட்சியும் உலகையே தலைகீழாகப் புரட்டிப் போட்டது என்பது வரலாறு.

சோவியத் புரட்சிக்குப் பின் பாழ்பட்டு அடிமை மிஞ்சி வாழ்ந்த தேசத்து மக்களின் போராட்டங்கள், புரட்சிகள் ஆங்காங்கே கிளர்ந்தெழுந்து விடுதலை வேள்விக்கு வித்திட்டன.

ஆயினும், சோவியத் புரட்சிக்குப் பின் அத்தேசம் ஒருங்கிணைந்த ருஷ்யாவான நாள் முதற்கொண்டே பிற தேசங்களோடு சண்டை யிட்டும், ஊடல் அரசியலையே சந்தித்து வந்தன.

ஆரம்பக் காலகட்டத்தில் ஜெர்மானி யரையும், புரட்சிக்கு எதிராக நின்றவர்களை

யும் எதிர்த்து ஆயுதம் தாங்கிப் போர் புரிந்து வந்தது. அது இரண்டாம் உலகம் யுத்தம் வரை தொடர்ந்தது.

பிறகு, லெனினின் சீரிய சிந்தனையால், கொள்கைகளால் மக்களின் பின்புலத்தோடு சற்று வளர்ந்து, கால் ஊன்றி நிற்கும்போதும் மேற்கத்திய நாடுகளின் குறிப்பாக வல்லரசுகளின் முற்றுகையையும் பொருளாதார நெருக்கடிகளையும் எதிர்த்து தன் நாட்டு வளத்தையே வளர்த்தெடுக்க தன் தேசத்தின் பொருளாதார அடிப்படைகளை முன்னிறுத்தி பிற தேசங்களின் வளங்களை தன்னுள் நிறுத்தி அரசியலில் நடை போட்டது.

அதன்பின் தேசம் வளர்ச்சி, செழிப்பில் வளர்ந்தும் மஞ்சுகோவிலும், மங்கோலியாவிலும் ஜப்பானியரை உதறித் தள்ளி விட்டுத் தம் தேசத்தின் மீது அகோரப் பசியுடன் கழுத்தில் விழுந்து கிழிக்க முயன்ற ஜெர்மானிய நாஜிக்களுடன் போர் தொடுக்க வேண்டிய கட்டாயத்துக்கு தள்ளப் பட்டது சோவியத் அரசாங்கம்.

அப்போது உலகம் சமாதானம், சமத்துவம் முழங்கிய காலங்களில் ரஷ்ய தேசம் அனுபவித்தது எல்லாம் சண்டை தான். பெயரளவில் போர் என்ற நிலை மாறி ராஜிய மோதல்கள் நடந்தேறியே வந்தன.

லெனின் நிர்மானித்த ரஷ்யாவில் உள்நாட்டுக் காவல்படை எப்போதும் விழிப்புடனே இருக்க வேண்டிய கட்டாயத்திற்கு தள்ளப்பட்டது. 1921 முதல் 1940 வரை அதாவது லெனின் மறைவுக்குப் பின்னும் ரெட் புட்டிலாவ் தொழிற்சாலைத் தோழர்கள், லெனின் கிராட் நகருக்கு அருகாமையில் உள்ள காடுகளில் துப்பாக்கி சகிதம் காவல் காக்கும் நிலைக்கு தள்ளப்பட்டது. காரணம் புரட்சிக்கு எதிரான சக்திதான்.

சரி. புரட்சிக்கு முன் ரஷ்யாவின் நிலை என்ன?

உண்மையில் விரிந்து, பரந்த, விசாலமான ஒரு வளமான பூமி. பரந்து விரிந்து நிலப் பரப்பைக் கொண்ட புவியியல். அபரிதமான இயற்கை வளங்கள், கனிம வளங்கள், பொன் விளையும் பூமியாய் இருந்த தேசமது.

ஆயினும் என்ன பயன்? விளைநிலங்கள் இருந்தும் விவசாயிகளால் பயிரிட முடியவில்லை. கனிம, தாதுவளம் இருந்தும் தொழிற்சாலைகள் இயங்கவில்லை. முன்னேற்றத்தின் நிழல்கள் கிஞ்சித்தும் இல்லாமல் பிரபுக்களின் பிறப்புகளின் களியாட்டத்தோடு தேசம் அச்சமும் பேடிமையும், அடிமைச் சிறுமதியும் கொண்டு மக்கள் வாழ்ந்தனர்.

காரணம் யார்? மன்னன் ஜாரே! ஜார் அரசாங்கமே!

முதலாம் ஜார், இரண்டாம் ஜார் என்று பரம்பரை ஜார் வம்சங்கள் தொடர்ந்து முடி சூட்டிக் கொண்டு அவர்களின் விளையாட்டு பொம்மையாக செயல்பட்டு, 'இம் என்றால் சிறை வாசம் ஏன் என்றால் வனவாசம்' என்ற ரீதியில் மக்களை அச்சுறுத்தியும், அடிமையாக விலை கொடுத்து வாங்கியும் கொத்தடிமைகளாக ஆக்கி, நிலங்களை ஆக்ரமித்துக் கொண்டு அங்கு வேலை செய்ய மக்களை விலை கொடுத்தும், ஏலத்தில் எடுத்தும் பயன்படுத்தினர்.

ஜாருக்குத் துதி பாடிய பிரபுக்கள், பிஷப்புகள் குடும்பத்தினருக்கு வீட்டுவேலை, தோட்ட வேலை, குழந்தைகளை பராமரித்தல், எடுபிடி வேலைகள் என அவர்களை ஓர் அடிமைச் சமூகமாக வளர்த்தெடுத்தனர்.

இவர்களின் உழைப்புக்கான ஊதியமும் இல்லை. ஒருமுறை மொத்தமாக பணம் கொடுத்து விட்டால் போதும். விடுபட்டு ஏதாவது நாய்க்கு பிஸ்கட் தூக்கிப் போடுவது போலும், விருப்பப்பட்டால் அவர்களை பிறருக்கு விற்பதும் என ஒரு அசையா சொத்தாக அங்கு உழைப்பாளிகள் சுரண்டப்பட்டனர்.

இம்முறை காலம் காலமாக ஒரு நெறியாகவே அவர்களால் கையாளப்பட்டது.

ஜார் மன்னர், அவர் குடும்பம், பெரும் பண்ணையாளர்கள், பிரபுக்கள், மத குருமார்கள் பிடியிலேயே ரஷ்ய தேசம் உழன்றது. கடவுளின் பிரதிநிதிகளாகவே இவர்கள் கருதப்பட்டார்கள்.

உதாரணமாக,

ஐவான் என்ற ஒரு ஜார் மன்னன் இருந்தான். 'பயங்கர ஐவான்' (Ivan the Terrible) என்றே அவரை அழைப்பார்கள். வளர்ப்புப் பிராணிகள் வளர்ப்பதில் அவனுக்கு அலாதி பிரியம், பொழுது போகவில்லை என்றால் ஜன்னலுக்கு வெளியே உணவுகளை தூக்கி எறிந்து விளையாடுவது அவனது பொழுதுபோக்கு. இவன் விலங்குகளோடு மட்டும் விளையாடவில்லை. மக்களிடமும் விளையாடினான்.

நோவாகிராண்ட் என்ற நகரின் பகுதியில் வாழ்ந்த மக்களின் இரண்டாயிரம் பேரை கொன்று குவித்து சுகம் கண்டான். தன் சொந்த

மகன் எதிர்த்து பேசினான் என்பதற்காக அவன் மண்டையைப் பிளந்து பார்த்து சுகம் கண்டவன்.

அக்காலங்களில் அதாவது 17-ஆம் நூற்றாண்டில் ஜார் சட்டம் சொல்லுவது யாதெனில்,

"விவசாயிகள், அவர்களுடைய குடும்பத்தினர், உற்றார் உறவினர் அனைவரும் நிலப்பிரபுவின் உடைமைகள். பண்ணையில் வேலை செய்பவன் பண்ணையடிமை. ஆடு, மாடு, குதிரை போல் அவனும் ஒரு பிராணி. தேவைப்படும் போதெல்லாம் அவர்களுக்கு இட்ட வேலையை கை கட்டி வாய் பொத்திக் கொண்டு செய்ய வேண்டும். அவர்களுக்கு பிடிக்கும் வரை வைத்திருப்பார்கள். பிடிக்காதபோது வேறு ஒரு பண்ணை யாருக்கு விற்று விடுவார்கள்."

இந்தப் பண்ணையாளர்களில் சிலர், விரல் விட்டு எண்ணக் கூடிய நல்ல குணம் கொண்ட பண்ணையாளர்களும் இருந்தனர். ஆயினும் கொடூர மனம் கொண்டு பண்ணையாளர்களே கோலோச்சினர். தப்பிச் செல்ல முயன்றோரை சுட்டுக் கொன்றும் அவர்களை துன்புறுத்தியும் சுகம் கண்டனர்.

இவர்களின் போராட்ட குணம் கொண்ட அடிமைகள் கிளர்ந்தெழு வதும் உண்டு. கிளர்ச்சிகளில் ஈடுபடுவது உண்டு. ஆனால் இவர்கள் ஒவ்வொரு முறையும் ரத்த வெள்ளத்தில் கிடத்தப்பட்டு கொன் றொழித்தனர். 1661-71 மற்றும் 1707-08 ஆண்டுகளில் விவசாயிகளின் எழுச்சி நடைபெற்ற போது அவர்களின் போராட்டக் குணத்தை இப்படித்தான் சிதறடித்தார்கள்.

ஒவ்வொரு பரம்பரை ஜார் மன்னரும் ஒவ்வொரு வகையில் மக்களை ஆட்டிப் படைத்தார்கள். எப்போதாவது சிறந்த வாரிசு ஜார் மன்னன் கிடைத்தால் மக்கள் மகிழ்ச்சி அடைவர். ஆனால் அது அத்திப் பூத்தாற் போலவே நிகழ்வதுண்டு.

1694-ல் ஆட்சிப் பொறுப்பினை ஏற்ற பீட்டர் தேசத்தின் வளர்ச்சிக்கு முன் முயற்சி எடுத்த காலம் எனலாம். 1682-1725 இவரது ஆட்சிக் காலத்தில் இரும்பு மற்றும் கனிம வளங்களைக் கொண்டு தொழிற்சாலைகள் நிறுவப்பட்டன. முறையாக மக்களின் பின்புலத்துடன் ராணுவமும், கப்பல் படையும், போக்குவரத்து சாதனங்களும் உருவாக்கப்பட்டன.

முதன் முறையாக பத்திரிகைகள் தோன்றின. தொழிற்கல்வி பயிற்று விக்கப்பட்டன. எழுத்துருவாக்கம், நாட்காட்டிச் சீர்திருத்தம் தோற்று விக்கப்பட்டு செயிண்ட் பீட்டர்ஸ் பர்க் நகரம் உருவாக்கப்பட்டது. நிர்வாகத்தின் அமைப்பாக 'செனட்' உருவானது.

நாடு பெரிய மாநிலங்களாகப் பிரிக்கப்பட்டு ஒவ்வொரு மாநிலத்துக்கும் தனித்தனி ஆளுநர் நியமிக்கப்பட்டனர். ஆக மொத்தத்தில் பீட்டர் ஒரு மிகச் சீர்திருத்தவாதியாக கருதப்பட்டார்.

இதன் வழியே பீட்டர் கொண்டு வந்த மாற்றங்கள் சோவியத் ரஷ்யாவை புரட்டிப் போட்டது. ஆயினும் விவசாயிகள் வாழ்வில், விவசாயத்தில் ஏதொரு பெரிய மாற்றமும் நிகழவில்லை.

இவர்களின் வாழ்வில் அடிமைத்தனம் அப்படியே கையாளப்பட்டது. தொழில் வளர்ச்சி முதலாளிகளை உருவெடுத்து அவர்கள் பிரபுக்களுக்கு நிகராக வளர்ந்து பண்ணைகளை உருவாக்கி விவசாயக் கூலிகளை அடிமை களாகவே பாவித்து நடத்தினர்.

முதலாம் பீட்டருக்கு பின்வந்த, அரியணையில் ஏறிய இரண்டாம் கேத்தரீன் காலத்தில் நாடு இன்னும் மோசமான நிலைக்கு தள்ளப்பட்டது. இந்த ராணி கேத்தரின் தொழிற் வளர்ச்சியினால் முதலாளிகளை பண்ணையார்களாக மாற்றி உக்ரைன், போலந்து வரை விஸ்தாரணப் படுத்தி அந்த விவசாயிகளையும் பண்ணை அடிமைகளாக்கி தன் பலத்தை அவர்களிடம் செலுத்தி அதன் மூலம் இன்னும் மேலாதிக்கம் செலுத்தினர்.

★

2. 18 –ஆம் நூற்றாண்டின் இறுதிக் காலங்கள்

'**ம**க்களை, எத்தனைக் காலம்தான் ஏமாற்றுவார் இந்த நாட்டிலிலே' என்ற எழுச்சியில் 18-ஆம் நூற்றாண்டின் இறுதியில் ஜார் மன்னராட்சிக்கு எதிராக ருஷ்யாவின் பல பகுதிகளில் தொழிலாளர்கள் போராட்டங் களில் குதித்தனர். பண்ணையடிமை முறை ஒழிக்கப்பட வேண்டும் என்ற குரல் ஓங்கி ஒலித்தது.

ஜார் மன்னன் யோசித்தான். "மக்கள் ஏன் இப்படி கூச்சலிடுகிறார்கள். நம்மை எதிர்த்து கோஷமிடுகிறவர்கள் யார்? மக்களின் மன நிலையில் மாற்றம் ஏன்? இவர்களை தூண்டுவது யார்? மக்கள் சிந்திப்பதற்கும் போராடுவ தற்கும் இடம் தரலாமா?

எனவே, யார் யார் எல்லாம் இதற்கு பின்புல மாக இருக்கிறார்களோ, இவர்களை தூண்டு

பவர்கள் யார்? நம்மை எதிர்த்துக் குரல் கொடுப்பவர்கள் யார் யார்? என திட்டமிட்டு அவர்களை கண்டுணர்ந்து அவர்களை சிறைக்குள் தள்ளினார். சிந்தனைவாதிகளா? எழுத்தாளர்களா? கலைஞர்களா? பிரச்சார நோட்டிஸ் தருகிறாயா? முச்சந்தியில் நின்று கோஷமிடுகிறாயா? கூட்டம் சேர்க்கிறாயா? வா சிறைக்குள். நீ இருக்க வேண்டிய இடம் இதுதான் என சிறைக் கொட்டடிக்குள் அடைத்தார்.

இதன் இடையில் பிரெஞ்ச் புரட்சி வெடித்தது.

ஏன் இந்தப் புரட்சி, இந்த புரட்சிக்கு பின்புலம் என்ன? சமத்துவம், சகோதரத்துவம், பொதுவுடைமை, ஜனநாயகம், சோசலிசம் இந்த வார்த்தைகள் ஏன் எழுகின்றன. இத்தகைய சிந்தனையை தூண்டி விடுகிற புத்தி ஜீவிகள் யார்? இதனால் என்ன உலகம் உயிர்த்தெழுந்து விடுமா?

"ஐய்யகோ, ப்ரான்சில் என்னாவாவது செய்து கொள்ளுங்கள். எங்கள் நாட்டில் உள்நுழைய விடலாமா? உலக மக்களின் கொத்தடிமைத் தனத்துக்கு அதன் விடுதலைக்கு இவர்கள் என்ன செய்து கிழித்து விடப் போகிறார்கள். அடிமை வாழ்வு மேற்கொள்ளும் ரஷ்ய மக்களைத் தூண்டி எழுப்புவது அவர்களது வீண் வேலைதானே?"

எனவே, "ருஷ்ய மக்களே நீங்கள் எங்களிடம் விசுவாசமாய் இருங்கள். அமைதி, அமைதியாக உங்கள் காரியங்களில் எங்களுக்கு உதவியாய் இருங்கள். நாங்கள் உங்களை போஷிக்கிறோம். வீண் கனவுகள் வேண்டாம்; லட்சியங்கள் வேண்டாம். உங்கள் எஜமானரிடம் விசுவாச மாய் இருங்கள். ஜார்க்கு மரியாதை செலுத்துங்கள். கீழ்ப்படிவதற்கு மட்டுமே உங்களுக்கு உரிமை உண்டு. கடவுள் உங்களை காப்பாற்றுவார் ஆமென்." என மத குருமார்களும் சிலுவை இட்டு மண்டிக் கிடந்தனர். இதுதான் ரஷ்யாவின், ரஷ்ய மக்களின் தலைவிதியாய் ஆனது.

19-ஆம் நூற்றாண்டின் தொடக்க காலம். மேற்கத்திய நாடுகள், ஐரோப்பிய நாடுகள் தொழிற்துறையில் முன்னேறி புதிய புதிய கருவிகள், ரயில்வே தளவாடங்கள், மின்துறையில் அபரீத வளர்ச்சி என முன்னேற்றம் கண்டது. ஆனால் ரஷ்யாவோ, தொழில்கள், ஆலைகள் இருந்தும் அவற்றின் உற்பத்தி பிற தேசங்களை விட மிகக் குறைவாகவே இருந்தது. ரயில்வே துறையோ பிற தேசங்களை விட பன்னிரண்டு மடங்கு பின் தங்கி இருந்தது.

ஆக மொத்தத்தில் ஜாரின் ஆட்சிக்காலத்தில் தங்களின் ஆடம்பரமான வாழ்க்கையில் திளைத்திருந்தார்களே தவிர தேசத்தின், மக்களின் வாழ்க்கையில் கிஞ்சித்தம் முன்னேற்றம் காணவில்லை. அவர்கள் அரசு அரண்மனையின் சுகபோக வாழ்க்கையில் கழிந்தனர் என்றே சொல்லலாம்.

இந்தத் தேக்க நிலையை எவ்வளவு காலம் மக்கள் பொறுத்துக் கொண்டிருப்பார்கள். ஆங்காங்கே கிளர்ச்சிக்காரர்கள், மக்களின் விடிவை நோக்கி புறப்பட்டனர்; மக்களை கிளர்ந்தெழவும் ஜார் ஆட்சியை முடிவுக்கு கொண்டு வரவும் முனைந்தனர்.

இக்காலத்தில் முதலாம் அலெக்சாண்டர் மன்னன் காலமானார். புதிய ஜார் மன்னராக நிக்கோலஸ் அறிவிக்கப்பட்டார். புதிய மன்னர் நிர்வாகத்தை கவனிக்க சில காலம் ஆகும். இதற்கு முன் ஏதாவது செய்தாக வேண்டும். கிளர்ச்சிக்காரர்கள் ஒன்றிணைந்தனர். அதிரடி திட்டமும் தயாரானது.

புரட்சிக்கான நாள் குறிக்கப்பட்டது. 1825-ஆம் ஆண்டு டிசம்பர் 14-ஆம் தேதி. மொத்தம் 3000 பேர் செண்ட் சதுக்கத்தில் திரண்டனர். டிசம்பர் மாத கிளர்ச்சி. இவர்கள் பிற்காலத்தில் ‘டிசம்பர் வாதிகள்’ என்று அழைக்கப் பட்டனர்.

ஜார் மன்னன் ஒழிக்கப்பட்டார். ரஷ்யாவுக்கு கூடிய சீக்கிரம் விடுதலை!

மன்னரின் அரண்மனை நோக்கி மக்கள் கூட்டம் நுழைய முற்பட்டது. தகவல் ஜார் மன்னனுக்கு எட்டியது. புதிய மன்னர்தான் என்ன செய்ய வேண்டும் என்று தெரியவில்லை. ஆயினும் நரித்தன வேலையில் அவரின் எடுபிடிகள், பிரபுக்கள், பிறப்புகள் திட்டம் திட்டினர்.

மன்னர் அவர்களைக் கொண்டே “நீங்கள் கவனித்துக் கொள்ளுங்கள். எப்படியாவது அழித்தொழித்து விடுங்கள் என்று நான் ஒய்வெடுக்க வேண்டும்” என்று ஆணையிட்டு சென்றார்.

அடுத்த சில நிமிடங்களில் செண்ட் சதுக்கத்தில் குழுமியிருந்த மக்களை ஜாரின் ராணுவம் சுற்றி வளைத்து குருவியை சுடுவதுபோல் துப்பாக்கி பிரயோகம் நடத்தினர். தலைமை தாங்கியவர்கள் கைது செய்து சைபிரியா அனுப்பப்பட்டனர். நூற்றுக்கும் மேற்பட்டோர்க்கு கடுங்காவல் தண்டனை விதிக்கப்பட்டது.

இத்தகைய கொந்தளிப்பான சூழலில், அதாவது 1854-ல் கிரிமியா யுத்தம் வெடித்தது. நெப்போலியனை வீழ்த்திய ரஷ்யாவால் கிரிமிய யுத்தத்தில் ஜெயிக்க முடியவில்லை. பலத்த அடி உள் நாட்டில் ஏகப்பட்ட பிரச்சனைகள். பண்ணையடிமைகள் விழித்தெழுந்தார்கள். பல இடங்கள் போராட்டம், வேலை நிறுத்தம். இதனால் உணவு உற்பத்தி முடக்கம். கிராமங்களிலும் மக்கள் கொதித்தெழுந்தனர்.

ஜார் மன்னரால் சமாளிக்க முடியவில்லை. "என்ன, ஏது செய்வது தெரியாமல் விழி பிதுங்கி நின்றார். மக்களுக்கு என்ன வேண்டும். இதற்கு தீர்வுதான் என்ன?"

மன்னர் மக்களின் புரட்சிக்கு அடிபணிந்தார். 'பண்ணை அடிமை முறை தானே அகற்றப்பட வேண்டும். அதற்கான சட்டம் கொண்டு வருகிறேன்' என்று இறங்கி வந்தார்.

இவைகள் அரங்கேறிய ஆண்டு பிப்ரவரி 19, 1861-ஆம் ஆண்டு.

ஆனால், இது நடைமுறைப்படுத்தப்படவில்லை. இது மக்களை ஏமாற்றுவதற்கு கொண்டு வரப்பட்டது என வெட்டவெளிச்சமானது.

பண்ணையடிமை முறை தொடர்ந்தது. அதுவும் வேறொரு வழியில் முளை விட ஆரம்பித்தது. மக்களைச் சுரண்டுவதும், சூழ்ச்சி வலையில் சிக்க வைத்து வேடிக்கைப் பார்த்தது.

இம்முறை இதில் அதிகம் பாதிக்கப்பட்டவர்கள் விவசாயிகளே. உங்களுக்கு நிலம் தருகிறோம் என்ற பெயரில் அநியாய விலைக்கு குத்தகை பேரில் நிலம் தந்தனர். அந்நிலத்தில் கடுமையாக உழைத்து விளைச்சல் வரும் காலத்தில் பிரபுக்கள் 'குத்தகை பாக்கி' என்ற பெயரில் விளைச்சல் பொருள்களை தங்கள் கைவசம் பற்றி, கிடங்கை நிரம்பிக் கொண்டார்கள். விவசாயிகள் ஏதும் செய்ய முடியாமல் கைபிசைந்து நின்றனர்.

நிலப்பிரபுக்களும் விவசாயிகளை வேற்றொரு வழியில் அவர்களை சுரண்ட ஆரம்பித்தனர். தொட்டதற்கெல்லாம் வரி. ஏது செய்ய வேண்டும் என்று அறியாமல் விவசாயிகள் தங்கள் நிலங்களை விட்டு, நகரத்தில் உள்ள தொழிற்சாலைக்கு வேலைக்கு குடிபெயர்ந்தனர்.

கலப்பையை பிடித்து ஏர் உழுத விவசாயிகள் தொழிற்சாலையின் கூலிகளாக மாறித் தொழிற்சாலை முதலாளிகளின் கொடுக்கும்

சம்பளத்தைப் பெற்று வாழ்க்கை தள்ள வேண்டிய நிர்பந்தத்துக்கு ஆளாயினர்.

மக்களின் இத்தகைய குழப்ப நிலையை பயன்படுத்திக் கொண்டு ராணுவத்தையும், காவலாட்களையும் ஏவி விவசாயிகளையும் தொழிலாளி களையும் கண்காணிக்கிறேன் என்ற பெயரில் நகரக் காவல் துறை, கிராம காவல் துறை போன்று அமைப்புகளை ஏற்படுத்தி கண்காணிக்கத் தொடங்கி, எதிர்த்து முழங்குபவர்களை கைது செய்தும், கடுமையான தண்டனைகள் வழங்கியும் தங்கள் கைவரிசையை காட்டினர்.

மேலும் ஜார் அரசாங்கம் ஒரு யுக்தியை கையாண்டனர். இனப் பாகு பாடு என்ற பெயரில் ருஷ்ய தேசிய இனத்தைச் சேர்ந்தவர்களுக்கு மட்டுமே அடிப்படை உரிமைகள். அதாவது கல்வி, வேலை வாய்ப்பு என்ற பிரகடனப்படுத்தியது. இதர தேசிய இனங்களை சேர்ந்தவர்களுக்கு அடிப்படை உரிமைகளான கல்வி, வேலை வாய்ப்பு, சர்ச்சுகளில் வழிபாடு போன்றவைகளுக்கு ரஷ்யாவில் இருந்தாலும் அவர்கள் ரஷ்யர்களாக ஏற்றுக் கொள்ளப்பட மாட்டார்கள். அவர்கள் ரஷ்யர்கள் அல்ல. அரசின் அறிவிக்கையின்படி அந்நியர்கள் என்று முத்திரை குத்தியது.

சிறுபான்மையினரான குஸாக்குகள், உக்ரேனியர்கள், உஸ்பெக்கிஸ் தான் போன்ற இனத்தவர்களை புறந்தள்ளினர். நிர்வாக, நீதிமன்ற மொழியாக ரஷ்ய மொழியே முன்வைக்கப்பட்டது. ரஷ்ய மொழி தவிர, இதர தேசிய இன மொழிகளில் பத்திரிகைகள், புத்தகங்கள் வெளியிட தடை விதிக்கப்பட்டன. பிற மாநில மொழி மக்கள் ரஷ்ய மொழியை கட்டாயம் படிக்க வேண்டும். அவர்கள் தாய்மொழியில் கல்வி கற்க தடையும் விதிக்கப்பட்டது.

மேலும் மொழி வெறியை தூண்டும் வகையில் மதத்தின் பேராலும், மொழியின் பேராலும், இனத்தின் பேராலும் மோதல்களை உருவாக்கி பிரித்தாளும் சூழ்ச்சியை பிஷப்களும், பிரபுக்களும் உங்கள் இனம் பெரிதா? அவர்கள் இனம் பெரிதா? உங்கள் மதம் பெரிதா? அவர் மதம் பெரிதா? ஜார்ஜிய மொழி உசந்ததா? ரஷ்ய மொழி உயர்ந்ததா? என்ற இன, மொழி பகைமையை வளர்த்த மக்களை மோதவிட்டு குளிர் காய்ந் தனர். மக்களும் இதற்கு ஆட்பட்டு ஒருவருக்கொருவர் மோதிக் கொண்டு கொடி பிடித்தார்கள், சண்டையிட்டுக் கொண்டனர்; வெட்டிக் கொண்டு மாண்டொழிந்தனர்.

இப்படி ருஷ்ய அச்சமும் பேடிமையும் அடிமைச் சிறுமதியும் கொண்டு உழல அக்கால ஜார் மன்னர்கள் மக்களை அடிமையாய் ஆட்படுத்தியக் காலத்தில்தான் ஒரு பக்கம் கார்ல்மாக்ஸின் பொதுவுடைமை சித்தாந்தம் உலகின் வெளிச்சத்துக்கு வந்தது.

இதே காலகட்டத்தில் ருஷ்யாவில் எண்ணிறந்த படைப்பாளிகளும், கலைஞர்களும் தோன்றி ருஷ்ய தேசத்தில் அவல நிலையை கவிதையாக, படைப்புகளாக, கலைகளாக வெளிச்சமிட்டுக் காட்டினர்.

இக்காலக் கட்டத்தில்தான் சோவியத் ருஷ்யாவில் கோகல் போன்ற சிந்தனைவாதிகள் தோன்றினர். இவர்கள் சோவியத்தின் அம்மக்களின் அடிமை வாழ்வை சித்தரித்து படைப்புகள் படைத்தனர். இவரைத் தொடர்ந்து லியோடால்ஸ்டாய், மார்க்ஸிம் கார்க்கி, தோஸ்ட்டாய், புஷ்கின், மயோகாவிஸ்கி, என எண்ணிறந்த படைப்பாளர்கள் தோன்றி ருஷ்ய மக்களின் போராட்டத்துக்கு வழிவகுத்தனர் எனலாம்.

அதே போதில் விளாதிமிர் இலியச் லெனின், ஜோசப் ஸ்டாலின், டிராஸ்கி, போன்ற அரசியல் வாணர்கள் தோன்றி சோவியத் புரட்சிக்கு வித்தூன்றினார் எனலாம். இத்தகையச் சூழலிலே ஸ்டாலின் பிறந்தார்.

ஜோசப் ஸ்டாலினின் இயற்பெயர் தயோசிப் விசாரியோனோவிச் சுதாலின் என்பதாகும்.

இவர் டிசம்பர் 18, 1878-இல் சியார்சியாவில் கோரி என்னும் நகரில் கேகே - பெசோ தம்பதியருக்கு மூன்றாவது மகனாகப் பிறந்தார். இவருக்கு முன் பிறந்த இரண்டு குழந்தைகளும் இறந்து விடவே, ஒற்றை மகனாக இவர் வளர்க்கப்பட்டு வந்தார்.

சிறுவயது முதலே இவரின் எதிர்காலம் குறித்து இவரது பெற்றோர் களிடையே கருத்து வேறுபாடுகள் இருந்து வந்திருக்கின்றன. இவரது தாயார் கே.கே இவரை படிக்க வைக்க விரும்பினார். தந்தை பெசோ வறுமை காரணமாய் சுயமாய் தொழில் கற்றுக் கொண்டு குடும்பத்தை காப்பாற்ற முனைந்தார்.

சார்சியன் மொழி இவருடைய தாய்மொழியாகும். இது ருசிய மொழி யிலிருந்து மாறுபட்டது. எனினும் ருஷ்ய மொழியை இவர் பின்னாட்களில் கற்று கொண்ட போதிலும் அதனை இவர் சார்சிய மொழிச் சாயலுடனே எப்போதும் பேசி வந்தார்.

தாயின் அரவணைப்பில் கோரி நகரிலுள்ள ஒரு மடாலயப் பள்ளியில் பல்வேறு உதவித்தொகைகளைப் பெற்றுக் கொண்டு இவர் கல்வி பயின்றார். அங்கு படிக்கும் காலத்திலேயே தன் முனைப்பும், மிகுதியான துணிச்சலும் இருந்த காரணத்தினால் பல்வேறு சமூகக் குழுக்களின் தலைமைப் பண்பை ஏற்று வழிநடத்தி வந்திருக்கின்றார். இவரது தலைமை யிலுள்ள குழு முதல் இடத்தில் இருந்தது.

பதின் பருவத்தில் டிரிப்ளிசில் ஓர் இறையியல் கல்விக் கூடத்தில் கல்விப் பயிலத் தொடங்கினார். அங்கு இவருக்கு கார்ல் மார்க்சின் சிந்தனைகளை கற்கும் சூழல் அமைந்தது. மார்க்சீய கொள்கையின்பால் ஏற்பட்ட ஈர்ப்பின் காரணமாக உடன் அங்கிருந்த உள்ளூர் பொதுவுடைமைக் கட்சி ஒன்றில் இணைத்து கொண்டிருக்கிறார்.

அக்காலக் கட்டத்தில் சோவியத் நாட்டை ஆட்சி புரிந்து வந்த சிசர் நிக்கோசு-2 என்பவரின் ஆட்சிக்கு எதிராக, அப்போது ருஷ்யாவில் பல்வேறு குழுக்களின் மனநிலை நிலவியது. சிசர் நிக்கோசு-2 இன் முதலாளித்துவம், தனியார்மயம் மற்றும் முதல் உலகப் போரில் ருஷ்யாவை வரித்து ஈடுபடுத்திய செயல் போன்றவை மக்களிடையே எதிர்ப்பை உருவாக்கியிருந்தது.

பட்டம் பெற்ற சில மாதங்கள் இருந்த நிலையில் 1899-ல் புரட்சிக் கருத்துகளை பரப்புரை செய்ததற்காக கல்விக் கூடத்திலிருந்து வெளி யேறும் சூழ்நிலை ஏற்பட்டது.

கி.பி. 1900-இல் ஸ்டாலின் ஒரு புரட்சியாளராக, சிசர் நிக்கோசு - 2க்கு எதிராக முதல் உரையை ஆற்றுகிறார்.

அதன்பின்னர் தலைமறைவு புரட்சிக் குழுவினருடன் தன்னை இணைத்துக் கொண்ட ஸ்டாலின் முதன் முதலாக காவலர்களால் 1902-ஆம் ஆண்டு கைது செய்யப்பட்டு 1903-ஆம் ஆண்டு வரை சைபீரிய சிறையில் அடைக்கப்பட்டார்.

சிறையிலிருந்து விடுதலை ஆனதும் நிக்கோசு -2 எதிராக நடந்த உருசிய புரட்சி (1905)யின் போது புரட்சியாளர்களை ஒருங்கிணைக்கும் போல்ஸ்வீக்கின் தலைமைப் பணியை ஏற்று செவ்வனே செயலாற்றினார் ஸ்டாலின்.

இதற்கிடையில் 1902-1913 காலக்கட்டத்தில் பல முறை சிறைக்குச் சென்றும், அச்சிறையிலிருந்து ஆறுமுறைத் தப்பிப் பிழைத்தும் வந்துள்ளார். இதனிடையே, சிறையில் கல்விக் கூடத்தில் படித்த தனது நண்பன் ஒருவனின் சகோதரியான யெகேத்தரினா என்னும் பெண்ணைக் காதலித்து 1904-ல் திருமணம் புரிந்தார்.

1905-ல் சோவியத் புரட்சிக்கு மக்களை ஒன்று திரட்டிய லெனினை ஸ்டாலின் முதன் முதலாகச் சந்திக்கிறார். அப்போது லெனின், ஸ்டாலினின் செயல்பாடுகள் நன்கறிந்திருந்தால் அவரைத் தக்கவாறு பயன்படுத்தி ஊக்கப்படுத்தினார்.

அதற்குப்பின் ஸ்டாலின் நடத்தி முடித்து கொள்கை வழி புரட்சி மூலம் போல்ஸ்வீக்கின் பொருளாதாரத்தை உயர்த்த உதவி செய்துள்ளார். 1912-இல் லெனினின் கம்யூனிஸ்ட் கட்சியின் இதழான ப்ராவ்தாவின் செய்தி ஆசிரியராக நியமனம் செய்யப்பட்டார்.

அதன்பின் அதே 1912-ஆம் ஆண்டில் போல்ஸ்வீக்கின் மத்திய குழுவில் ஸ்டாலின் உறுப்பினராக்கப்பட்டு கம்யூனிச இயக்கத்தின் முக்கிய நபராக உயர்ந்தார்.

அவர் செய்தி ஆசிரியராக பணியாற்றியபோது தாம் எழுதிய முதல் புரட்சிக் கொள்கையில் கட்டுரையின் முடிவில் ஸ்டாலின் எனும் புனைப் பெயரில் என்று கையெழுத்திட்டதின் மூலம் அப்பெயரே வரலாற்றில் பொன்னெழுத்தாக நிலைத்து விட்டது.

சரி, லெனின் தோழமை எப்படிக் கிட்டிற்று?

அப்போது ரஷ்யாவில் ஜார்ஜியாவில் யாரும் மே தினம் கொண்டாடு வதில்லை. காரணம் ஏப்ரல் இறுதியிலேயே ஜார் அரசாங்கம் கண்ணில் விளக்கெண்ணெய் ஊற்றிக் கொண்டு தொழிலாளர்களை கண்காணிக்கத் தொடங்கி விடும். சிவப்பு சட்டை, சிவப்பு கைக்குட்டையை வைத்திருந் தாலே போதும். அவர்களை கைது செய்து புரட்சியாளர்கள், அரசுக்கு எதிரான கலகக்காரர்கள் என்று முத்திரைப் பதித்து, அவர்களை சிறையில் தள்ளி விடுவார்கள்.

1890-ஆம் ஆண்டு மே தினத்தை சிறப்பாக கொண்டாடுவது என்று ஸ்டாலின் முடிவு செய்தார். இது சிரமமான பணிதான். அரசுக்கு எதிரான

காரியமும் கூட. ஆனாலும் அக்காலத்தில் பிறதேசங்களில் மே தினம் கொண்டாடும் வேலையில் நம் தேசத்தில் ஏன் இந்த சுணக்கம்.

எட்டு மணி நேர வேலை, எட்டு மணி நேரம் ஓய்வு, எட்டு மணி நேரம் பொழுதுபோக்கு என்று வகுத்து அமெரிக்க சிக்காகோ நகரில் எழுந்த எழுச்சி பிரகடனப்படுத்தப்பட்டும், நம் தேசத்தில் ஒரு நாளைக்கு பதினைந்து மணி நேரம் வேலை. ஞாயிற்றுக்கிழமையிலும் தேவாலயம் சென்று வழிபட்டு பின்பு வேலை செய்ய வேண்டிய நிர்ப்பந்தம் என்ற நிலைக்கு, நிர்பந்தத்துக்கு முடிவு காண வேண்டாமா என அவர்தம் சிந்தனை செயல்பட்டது.

இதற்கு எதிர்வினை ஆற்றாமல் மக்கள் வீழ்ந்து கிடப்பதும், இந்த வீழ்ச்சியிலிருந்து அவர்களை விழிப்படைய வைப்பதிலும் முழு மூச்சில் களப்பணியில் இறங்கினார்.

ஏப்ரல் மாதமே அதற்கான காரியங்களில் இறங்கினார். டிப்ளிசில் பகுதியைச் சேர்ந்த மக்களை நேரில் சென்று சந்தித்தார். மே தினச் சிறப்பை அவர்களோடு பகிர்ந்து கொண்டார்.

'நீங்கள் மட்டுமல்ல, ஒட்டுமொத்த ஜார்ஜியா பகுதியும் போராடப் போகிறது. நீங்கள் ஒத்துழைத்தால் வெற்றி பெறலாம். அரசுக்கு நாம் விடுக்கும் முதல் எச்சரிக்கை' என அவர்களிடம் பேசினார்.

மே - 1 பொழுது விடியும் முன்பே, 'இது முதல் போராட்டம் அல்ல. நம் விடியலுக்கான போராட்டம்' என்றும் 'வெற்றிகரமான ஒரு நல்ல தொடக்கம்' என உணர்ந்தார்.

சால்ட்லேக் (Salt lake) பகுதியை நோக்கி ஏராளமான தொழிலாளர்கள் அணி அணியாய் திரண்டனர். மார்க்ஸ், ஏங்கெல்ஸ் படங்களை கையில் ஏந்திப் பிடித்து அணி வகுத்தனர். கிட்டதட்ட ஐந்நூறு பேர் மறைவான மலைப் பகுதியை அடைந்ததும் புரட்சிகீதம் சேர்ந்திசைத்தனர். பின்னர் ஸ்டாலின் உரையாற்றினார்.

தொடர்ந்து வேலை நிறுத்தம், வலிமையான முழக்கங்கள், அனைத்துப் பகுதியிலும் எதிரொலித்தது. 'தொழிற்சங்கங்களுக்கு அனுமதி வழங்கு, வேலை நேரத்தை குறை, சம்பளத்தை உயர்த்தி கொடு, மொத்தத்தில் எங்களை மனிதர்களாக மதிக்கக் கற்றுக் கொள்' என்ற கோஷங்கள் விண்ணை முட்டின.

டிப்ஸிசில் ஏற்பட்ட சிறு தீப்பொறிப் போராட்டம், ஜார்ஜியா மாநிலம் முழுதும் பரவின. ஆங்காங்கே வேலை நிறுத்தங்கள், தொழிற்சாலைகள், ரயில்வே தொழிலாளர்கள் என பரவின.

இத்தகையப் போராட்டங்கள் எப்படி நடந்தேறின என்றால்.... எப்படி, எப்போது பேசிக் கொள்வார்கள், எந்த இடத்தில் கூடுவார்கள் என்று தெரியாது. பொதுக் கூட்டம் தொடங்கி விடும், ஒவ்வொருவராக உரை யாற்றுவர். பின்னர் விவாதிப்பார்கள். கூட்டம் தொடங்கி சில நேரத்தில் ஸ்டாலின் வருவார். கை நிறைய புத்தகம் வைத்திருப்பார். கடைசியில் அமர்ந்திருப்பார். எல்லோரும் பேசி முடித்த பிறகு இதற்கு முன் பேசியவர் களின் வினாக்களுக்கு தக்க பதில் தருவார்.

இறுதியில் போராட்டத்தின் அவசியத்தையும், அதனை எப்படி கையாள வேண்டும், யார் யார் முன் நிற்க வேண்டும் என்று அடையாளப் படுத்திச் சென்று விடுவார். இப்படி அவரது போராட்டக்காலம். இக் காலத்திலேயே லெனினை சந்திக்கிறார்.

1900-ஆம் ஆண்டு விக்டர்னோதோவ்ஸ்கி (Victorkurnovisky) என்பவர் டிப்ளிஸ் நகருக்கு வந்து சேர்ந்தர். இவர் லெனினின் தீவிர ஆதரவாளர் லெனினுடன் நெருங்கிப் பழகியவரும் கூட.

ஸ்டாலினின் இதயம் படபடத்தது. 'லெனினின் தோழர். அவரைச் சந்தித்துப் பேசினால் எப்படி இருக்கும்? லெனினை சந்தித்தவர் என்று சொல்லிக் கொள்ளலாமே.'

லெனின் அச்சமயத்தில், ருஷ்யாவின் புரட்சிக்கு முன்கை எடுத்து மக்களைத் திரட்டி பெரும் படையை திரட்டும் வகையில் 'ப்ராவ்தா' பத்திரிகையில் எழுதியும் பேசியும் வந்தார். அவரது சில புத்தகங்களையும், அறிக்கையையும் வாசிக்கத் தொடங்கியதுமே ஜோசப் ஸ்டாலின் அவரைச் சந்திக்க காத்திருந்தார். ஏன் அவரது ஆசானாக மனத்தளவில் ஏற்றுக் கொண்டிருந்தனர். லெனின் எழுத்துகளின் மீதும் பெரும் பாதிப்பு அவருள் ஏற்பட்டிருந்தது.

மார்க்ஸீய நூல்களை படிக்கும் காலத்திலே அதன்வழி மக்களை கொண்டு செல்ல வேண்டும் என்று போராடிய லெனின் உந்து சக்தி அவரை ஆகர்ஷித்தது. எனவே லெனினை தான் எப்படியாவது சந்தித்து விடுவோம் என்று தன் போராட்டக் களத்தில் காத்திருந்தார். அதேபோல் அவரது

நண்பர் கார்னோதோவ்ஸ்கியை சந்தித்து தனது கனவுகளை, திட்டங்களை ஆர்வத்துடன் அவரிடம் விவரித்தார். இருவருக்கும் ஒருவரை ஒருவர் நேர்கோட்டில் இணைத்தது.

அடுத்த 1901-ஆம் ஆண்டு மே தினம் நெருங்கி விட்டது. இந்த ஆண்டும் மக்கள் பெருந்திரளாகக் கூட்ட முனைந்தார். இந்த முறை ஜார் அரசாங்கம் இன்னும் விழித்துக் கொண்டது. நகரங்கள், கிராமங்களின் முக்கிய சாலைகள் மட்டுமல்லாது மலையடிவாரங்களையும் கண்காணித்தது. நான்கு பேர் கூடினாலே, 'ஏன் கூடுகிறீர்கள்' என எச்சரித்தனர்.

மேலும் சந்தேகத்திற்குரியவரின் அத்தனை வீடுகளிலும் சோதனை இடப்பட்டது. இளைஞர்களை குறிப்பாக நோட்டமிட்டது. அவர்கள் எங்கே கூடுகிறார்கள். அவர்களின் வீடு புகுந்து விசாரிப்பதும் அவர்கள் படிக்கும் புத்தகங்கள் என்ன என சோதனைக்குள்ளாக்கியது.

ஸ்டாலினின் வீட்டை நோட்டமிட்டனர். அவரைக் கைது செய்யவும் துப்பாக்கிகளுடன் சூழ்ந்தனர். அப்போது தன் தோழர்களை சந்தித்து விட்டு வீடு திரும்பியபோது தகவல் அவருக்குத் தரப்பட்டது. வந்த வழியே திரும்ப ஆரம்பித்து விட்டார். அப்போதைக்குத் தப்பினாலும் தாம் அரசின் கவனத்துக்கு உரியவனாகி விட்டதால் ஒவ்வொரு நாளும் ஒவ்வொருவர் வீட்டில் தங்குவதும், கிடைப்பதை உடுத்திக் கொள்வதும், ஏழை எளிய மக்களின் தோழர்களின் உணவை பகிர்ந்து கொள்வதுமாய் தலைமறைவாய் வாழ்ந்தார்.

மே தினத்துக்கு இன்னும் சில நாளே நெருங்கிக் கொண்டிருந்தது.

ஏப்ரல் இறுதி வாரம். சோல்டாட்ஸ்கி என்ற பகுதியில் மக்கள் இரண்டாயிரத்துக்கு மேல் திரண்டனர். ஸ்டாலின் மகிழ்ச்சி அடைந்தார். ஆனால் அந்த மகிழ்ச்சி நீடிக்கவில்லை. ஒரு பக்கம் தோழர்களை பிடிக்க திட்டமிட்டு அரசாங்கப் படைகள் மொத்தமாக இரண்டாயிரம் பேர் கூடியதைக் கண்டு விக்கித்து நின்றது.

சென்ற முறை கூடிய கூட்டத்தை விட அதிக எண்ணிக்கையில் மக்கள் கூடியதைக் கண்டு மிரண்டாலும் துப்பாக்கி துணையுடன், லத்தி சார்ஜுடன் கூட்டத்தைக் கலைக்க முற்பட்டனர். கண்ணில் படுகிறார்கள், கையில் பிடிபடுபவர்களை பிடித்துத் தாக்கினார்கள். ஏராளமானவர் கைது செய்தனர். பலரை காயப்படுத்தினர்.

அடுத்து தான்தான் என்றுணர்ந்த ஸ்டாலின் தோழர்களின் உதவியோடு கோரிக்கு தப்பிச் சென்றார். இவ்வளவு கூட்டம் கூடும் என்று அவர் எதிர்பார்க்கவில்லை. மக்கள் எழுச்சி சென்ற அண்டை விட இந்த ஆண்டு திரண்டெழுந்தது மனத்தளவில் மகிழ்ச்சி கொண்டார்.

லெனின் நடத்தி வந்த 'இஸ்க்ரா' இதழில் இந்நிகழ்வு செய்தியாகி, "ஏப்ரல் 22 டிப்ளிசில் நடந்த சம்பவம், ரஷ்யா முழுமைக்கும் வரலாற்று சிறப்புமிக்க நிகழ்வாகும். வெளிப்படையாக ஒரு புரட்சிகர இயக்கம் தொடங்கி விட்டது என்பதையே இது காட்டுகிறது" என மணியான வாசகங்கள் ஸ்டாலினை குதூகலிக்கச் செய்தது.

லெனின் நடத்தும் பத்திரிகையில் தனியாக இப்பகுதி போராட்டத்தை 'ருஷ்யாவின் போராட்டத்தின் முன்னோடி' என்று வர்ணித்திருப்பது, பாராட்டியது, லெனின் தன்னை அங்கீகரித்து விட்டார்; தாம் சரியான திசை வழியில் சென்று கொண்டிருக்கிறோம் என்ற புதிய நம்பிக்கையைப் பெற்றார்.

சில நாட்களிலேயே லெனினை சந்திக்கும் வாய்ப்பும் கிடைத்தது. போராட்டக் களத்தில் இருவரும் ஒரே திசை வழியில் பயணப்பட்டனர்.

★

3
லெனின் சந்திப்பும் பெயர் மாற்றமும்

சோவியத் புரட்சியில் போல்ஷ்வீக்குகள், மென்ஷ்விக்கள் என இரண்டு அணியாக செயல்பட்டாலும் ஒட்டுமொத்தமாக ருஷ்ய புரட்சிக்கு இரண்டும் அடித்தளம் இட்டன. இந்நிலையில் லெனின் "இஸ்கரா" பத்திரிகையிலிருந்து விலகிக் கொண்டார். 'நாம் என்ன செய்ய வேண்டும்' என்ற அவரது புரட்சிக்கான வழிகாட்டி நூல் (What is to be done) வெளியிடப்பட்டது.

இது புரட்சிக்கான பைபிளாக ருஷ்ய மக்களால் கொண்டாடப்பட்டது. இதற்கு முன்னால் வேறு எந்த நூலும் புரட்சிக்கான வழி காட்டியாக கொள்ளப்படவில்லை. ஒவ்வொரு நபரின் கையிலும் இது வேத நூலாக வாசிக்கப்பட்டது.

லெனின் எவ்வழியே அவ்வழியே ஜோசப்

ஸ்டாலினும் பயணப்பட்டார். லெனின் சித்தாந்தத்துக்கு ஆதரவு தெரிவித்து கட்டுரைகள் வரைந்தார். அவ்வப்போது எதிர்முனை தாக்குதல் தொடுத்த ப்ளகினோவை கடுமையான விமர்சனம் செய்தார். தான் கலந்து கொள்ளும் அத்தனைக் கூட்டங்களிலும் மென்ஷுவிக்களின் போக்கை எதிர்த்தும் லெனின் சிந்தனையை பரப்பியும், 'நமக்குத் தேவை துடிப்பு, தீரம், போராட்ட குணம், லெனினின் வழியில் பயணப்படுவோம், அவர் நம்மை வழிநடத்துவார்' என முழங்கினார். இதன்மூலம் போல்ஷ்வீக்கின் அறிவிக்கப்படாத பிரதிநிதியாகவே செயல்பட்டார்.

இவருக்குப் பின்னால் போல்ஷ்விக்குகளின் கூட்டம் நடைபயின்றது. ஓய்வெடுக்காமல் தொடர்ந்து பிரச்சார களத்தில் குதித்து புரட்சிக்கர தோழர்களை அரவணைத்து ஒன்றிணைத்து ருஷ்யாவின் அனைத்து பகுதிகளுக்கும் சென்று தொடர்ச்சியாய் வேலை நிறுத்தங்கள், பேரணிகள், ஆர்ப்பாட்டங்கள் என முன்னெடுத்து சென்று போராடினார்.

குறிப்பாக ஜனவரி 3, 1905-ல் மாஸ்கோவின் தலைநகரான செயின்ட் பீட்டர்ஸ் பர்க் நகரிலிருந்த 'புடிலோவ் வொர்க்ஸ்' என்ற தொழிற்சாலை யில் நடைபெற்ற வேலை நிறுத்தம் ஜாரின் நிர்வாகத்தையே நிலைகுலைய வைத்தது. தொடர்ந்து பிற பகுதிகளுக்கும் இது பரவி சிறிய தொழிற் சாலைகள், மில்கள், பெரிய தொழிற்சாலைகள் என விரிந்து மாபெரும் பொது வேலை நிறுத்தமாக உருமாறியது.

செயின்பீட்டர்ஸ் பர்க்கே நிலை குலைந்தது. இதுவரை கண்டிராத பெரும் மக்கள் கூட்டம். வரிசை வரிசையாக ஒருவருக்குப் பின் ஒருவராக முன்னேறினார்கள். மொத்தம் ஒரு லட்சத்து நாற்பதாயிரம் பேர். அத்தனைப் பேரும் தொழிலாளர்கள், தங்கள் குடும்பத்தினருடன் குழந்தை குட்டிகளுடன் திரண்டனர். சிலர் பெரிய பதாகைகளில் ஜாரின் உருவப்படத்தை ஏந்தியிருந்தனர்.

ஜாரின் குளிர்கால அரண்மனையை நோக்கி கூட்டம் நடை பயின்றது. இந்த ஊர்வலத்துக்கு தலைமைத் தாங்கும் வண்ணம் முன்னால் நடை நின்றவர் மதுகுரு கோபன்.

அவர், "தொழிலாளர்களே கவலைப்படாதீர்கள். நம் மன்னர் நிக்கோலஸ் நல்லவர். உங்களது பிரச்சனைகளை தீர்த்து வைப்பார். உங்கள் கோரிக்கைகளை மனுவாக கொடுங்கள்; குறைகளைச் சொல்லுங்கள்.

நிச்சயம் நமக்கு நல்வழி காட்டுவார்" என்றார்.

மக்களும் நம்பினர்; தலையாட்டினர். தங்கள் மேலங்கியில் செருகி வைத்திருந்த மனுக்களை தந்தனர். ஆயினும் கோபன் மக்களைத் திருப்திப்படுத்தவே முன் நின்றார் என்பது வெட்டவெளிச்சமாகியது.

போல்ஷ்வீக்குகள் இது சரியல்ல என எச்சரித்தனர். ஜாரிடம் பேசிப் பயனில்லை. மனு கொடுப்பது வீண். ஆபத்தானதும் கூட என்றும் எச்சரித்தனர். விழலுக்கு இரைத்த நீர் ஆனது. அப்போது பனிமழை கொட்டியது. ஜார் நம்மை வந்து பார்ப்பரா? இத்தனை பெரிய கூட்டத்தை மன்னர் சந்திப்பாரா? என்ற ஐயம் எழுந்தது.

ஜார் மன்னர் ஆணவத்துடனே ஜன்னலை திறந்துப் பார்த்தான்.

வாயைப் பிளந்தான். இத்தனை பெரிய கூட்டமா? 'ஏன் என்னை தொந்தரவு செய்கிறீர்கள்? உங்கள் கோரிக்கைதான் என்ன? சற்றுப் பொறுங்கள்' என்று சென்றான்.

சற்று நேரத்தில் அரண்மனை கதவு திறக்கப்பட்டது. அத்தனை தொழிலாளர்களும் முண்டியடித்து உள்ளே நுழைய ...

அடுத்த நிமிடம் தயாராக இருந்த ராணுவத்தினர் அவர்களை நோக்கி சரமாரியாக சுடத் தொடங்கினர். காட்டுமிராண்டித்தனமாக மக்களின் உயிர்களை பலி கொல்லும் வகையில் தாக்குதல்களை தொடுத்தனர். கும்பல் கும்பலாக மக்கள் சரிந்து விழுந்தனர். சில மணி நேரத்தில் ஆயிரத் துக்கும் அதிகமானோர் சரிந்தனர். ஆண்கள், பெண்கள், குழந்தைகள் அத்தனைப் பேருமே.

நகரம் முழுவதும் ரத்த ஆறு. எங்கும் ஓலம், ஒப்பாரி - யுத்தத்தின் சுவடுகள் போல் காட்சியளித்தது அரண்மனை வாசல்.

ரஷ்ய மக்கள் கொதித்துப் போயினர்.

மனு கொடுக்க வந்தால் துப்பாக்கிச் சூடா? நிராயுத பாணிகள் மீது தாக்குதலா? புரட்சி, போராட்டம் இல்லாமல் அமைதியில் சாத்வீக முறைக்கு கிடைக்கும் பரிசா இது? என விசனப்பட்டனர்.

இதில் அதிர்ச்சியளிக்கக் கூடிய விஷயம், இந்த கோபன் பாதிரியார் ஒரு ஜாரின் ஆதரவாளர். காவல் துறையின் கையாளும் கூட.

பிஷப்பின் நரித்தனத்தால் மக்கள் பலிகாடாகினர்.

எனவே, மக்கள் உணர்ந்து கொண்டனர். ஜார் சக்ரவர்த்தியை சாத்வீகத்தால் வெல்ல முடியாது. புரட்சி மட்டுமே வழி என்று புரிதல் கொண்டனர்.

இந்த களேபரத்தில் மக்கள் கெண்டு வந்து கொடுத்த மனுக்கள் குப்பைத் தொட்டியில் வீசப்பட்டன.

அந்த மனுவில் உள்ளதுதான் என்ன?

“செயின்ட் பீட்டர்ஸ பர்க் தொழிலாளியாகிய நாங்கள் பெருமை தாங்கிய தங்களிடம் எங்கள் அவல நிலையை உங்கள் பார்வைக்கு கொண்டு வருகிறோம். எங்கள் மனைவி மக்களோடு இதனை உங்களுக்குத் தருகிறோம். எங்கள் வாழ்க்கைக்கு உத்ரவாதமும், பாதுகாப்பும் தேவை. வறுமையிலும், நோயாலும் பாதிக்கப்பட்டு கிடந்து உழல்கிறோம். நாங்கள் ஒடுக்கப்பட்டுள்ளோம். அவமானத்துக்கும், கீழான நிலையில் அழுத்தப் பட்டுள்ளோம். மொத்தத்தில் மனிதர்களாக நடத்தப்படவில்லை. பொறுத்துப் பொறுத்துப் பார்த்தும் அலுத்து விட்டோம்.

எங்கள் துயரங்களை இதுநாள் வரை தாங்கிக் கொண்டிருந்தோம். தாங்கள் இதனை தீர்த்து வைப்பீர்கள் என்று நம்புகிறோம்” என்றே அந்த மனுவில் தெரிவித்திருந்தனர்.

இந்த நிகழ்வு ருஷ்ய சரித்திரத்தில் நீங்கா வடு ஏற்படுத்தி இந்த தினத்தை பின்னாளில் ‘ரத்த ஞாயிறு’ என்று அழைக்கப்பட்டது.

இதில் ஸ்டாலின் மிகவும் துயருற்றார். மக்கள் பிஷப்பை நம்பி தங்களுக்குத் தாங்களே சவக்குழியை தோண்டிக் கொண்டனர். அதில் விழுந்தவர்களை மண்ணைப் போட்டு மூடுவதுதான் மிச்சமாயின.

மக்கள் கொதித்து சூடேறிப் போனார்கள். இந்த நிகழ்வு மக்களை ஒன்றுசேர ஒரு பாடமாக அமைந்தது. இனி எல்லாரும் ஒரே சக்தியாக உருமாற வேண்டும். அப்போதே புரட்சி சாத்தியம்.

மக்கள் இனி மனுக்களை சுமந்து திரிவதை விட எதிர்த்துத் தாக்குவதே மேலான வழி. அதற்கு ஆயுதங்கள் ஏந்த வேண்டும். லெனின் மனதிலும் இச்சிந்தனையே ஓடியது.

1905-ஆம் ஆண்டு டிசம்பர் மாதம் லெனின் தலைமையில் பின்லாந்தில் போல்ஸ்வீக் கட்சி மாநாடு கூட்டப்பட்டது. ஸ்டாலினுக்கு அழைப்பு விடுக்கப்பட்டது.

பின்லாந்து சென்றார் ஸ்டாலின். அம்மண்ணைத் தொட்டதும் 'லெனின் எங்கே? லெனின் எங்கே?' என பதைபதைப்புடன் தேடினார்.

லெனினை பார்த்து விட்டார். ஆச்சர்யம் இவரா லெனின். அவரது சிந்தையில் லெனின் ஆஜானுபாகுவாக கம்பீரத் தோற்றத்துடன் தன்னை விட உயரமாக என கற்பனை செய்திருந்தார்.

ஆனால் நேரில் காண்கையில், 'இத்தனைக் குள்ளமானவரா? சாதாரண எளிய தோற்றத்துடன் கண்டதும் வியப்படைந்தார். ருஷ்ய முழுதும் ஒரு பெரும் சலசலப்பை ஏற்படுத்திய அவரா இவர்?' என்று வாய்பிளந்து நின்றார்.

கூட்டத்தில் அவரது சொற்பொழிவு வந்திருந்த தோழர்களால் ஆரவாரத்துடன் ஒவ்வொரு சொல்லுக்கும் வெண்கல மணி ஓசையாய் முழங்கியது.

"கட்சி செய்ய வேண்டிய பணி என்ன? மக்களை எப்படி முன்னெடுத்துச் செல்ல வேண்டும். உடனடியாக செய்து முடிக்க வேண்டிய பணிகள் என்ன? யார் யார் இதற்கு பொறுப்பு ஏற்க வேண்டும்?" அத்தனை விஷயங்களும் விவாதிக்கப்பட்டன. ஒவ்வொருவரின் கருத்தையும் கேட்டு அமைதியாக, தெளிவாக மக்கள் முன் வைத்தார். அவை ஒவ்வொன்றும் தீர்க்கமான, செயலூக்கமாக வெளிச்சத்தை தந்தன.

ஸ்டாலின் லெனின் ஒவ்வொரு நடவடிக்கையையும் கூர்மையாக கவனித்தார். அவர் எப்போது என்னைக் காண்பார்? என்னிடம் பேச லாமா? என்னை நினைவில் வைத்திருப்பாரா? அவருடன் கை குலுக்க லாமா? என்றவாறு சிந்தனை ஓட்டம் ஓடிக் கொண்டிருந்தபோது ....

லெனின் புன்சிரிப்புடன் ஸ்டாலினை நெருங்கினார்.

"என்ன? ஜார்ஜியா எப்படி இருக்கிறது" என்றார்.

ஒரே வாக்கியம். வியந்து போனார். பதில் சொல்ல வார்த்தை இல்லை. மென்று விழுங்கியவாறு ஏதோ சொல்ல லெனின் தலையை அசைத்தவாறு கடந்து சென்றார்.

பிறகு சந்திப்போம் என்பது போல் இருந்தது அவரது பார்வை.

அப்போது பின்லாந்தில் பனிமழை பொழிந்து கொண்டிருந்தது. சற்றே நடைபயிலலாம் என்று டோமர் ஃபோல்ஸ் வீதியில் நடக்கலானார்.

தெருவின் திருப்பத்தில் லெனின் செல்வது தெரிந்தது. மேல் அங்கி, தொப்பி உடல் முழுதும் மறைத்திருந்தாலும் அவர் லெனினே என்று கண்டு கொண்டார்.

விரைவாக நடந்து நெருங்கினார் ஸ்டாலின்.

"ஓ... நீங்களா, வாருங்கள், சேர்ந்தே நடப்போம்" என்ற நடையில் உடன் சென்றார் ஸ்டாலின்.

லெனின் மௌனமாகவே நடை பயின்றார். ஜோசப் ஸ்டாலினுக்கு என்ன பேசுவதென்று புரியவில்லை. அவருடன் நடக்கும்போதுதான் தெரிந்தது தான் அவரை விட உயரமானவன் என்று. இந்த நினைப்பே அவரை சங்கடத்தில் ஆழ்த்தியது.

ஏதும் பேசாமல் அவர்கள் விடைபெற்றுக் கொண்டனர்.

மறுநாள் லெனினே ஸ்டாலின் தங்கியிருந்த அறைக்கு வந்து விட்டார்.

'கொஞ்சம் நடக்கலாமே' என அழைப்பு விடுத்தார்.

மறு வார்த்தை ஏது? உற்சாகத்துடன் உடன் சென்றார்.

இம்முறை லெனின் அவரிடம் நிறைய கதைத்தார். ரஷ்யாவின் எதிர்காலம், கட்சியின் நிலை, அதன் நடவடிக்கைகள், மென்ஷ்ூவீக் நடத்தி வரும் தாக்குதல், ஜார் அரசனின் போக்கு, இதனை எப்படி எதிர்கொள்வது என விரிவாக அவர்தம் பதிலுடன் கதைத்தவாறே சென்று தெளிவு பெற்று திரும்பினர்.

மாநாடும் முடிந்தது. பின்லாந்திலிருந்து பீட்டர்ஸ்பர்க் நகருக்கு திரும்ப ஆயத்தமாயினர். லெனின், ஜோசப் ஸ்டாலினை அழைத்தார்.

ஒன்றைச் சொல்ல மறந்து விட்டேன், 'உங்களுடைய கட்டுரைகளை தொடர்ச்சியாய் படித்து வருகிறேன். ஒரு திருத்தம் மட்டும் செய்தால் நன்றாய் இருக்கும்' என்றார்.

'ஜோசப் இவானோவிச்' என அழைத்தார்.

அருகிலிருந்து ஸ்டாலின் வியப்புடன் நோக்கினார்.

'ஜோசப் என்பதைவிட கோமா என்ற பெயரிலும் நிறைய எழுதி யிருக்கிறீர். அதுவும் நன்றுதான்' என்று புன்னகைத்தார்.

'கோபா நல்ல பெயர்தான். ஆனால் உங்கள் எழுத்தின் வலிமை அப்பெயரில் நீர்த்து விடுகிறது.'

- என்று சொல்லிவிட்டு ஏதோ யோசனையில் ஆழ்ந்த லெனின், அவரை தீர்க்கமாக பார்த்தார்.

'உங்களை ஏன் ஸ்டாலின் என்று அழைக்கக் கூடாது?'

ஜோசப் சலனமற்று திகைப்புடன் அவரைப் பார்த்தார்.

"ஸ்டாலின் என்பதற்கு 'இரும்பு மனிதர்' என்று பொருள். இந்தப் பெயர் உங்களுக்கு சரியானதாக இருக்கும் என்றே நினைக்கிறேன்" என்றார் லெனின்.

ஜோசப் ஒருமுறை மனதுக்குள் சொல்லிப் பார்த்துக் கொண்டார். ஏனோ அவருக்கு அப்பெயர் உடன்பாடாக இல்லை. என்ன செய்ய லெனின் அவரை அழைத்த பெயரே அவரை இரும்பு மனிதராக்கி உலகில் அனைவராலும் அழைக்கப்படும் பெயரானது.

இதுவே 'ஸ்டாலின்' பெயர் உருவான கதை.

★

4

லெனினும் ஸ்டாலினும்

1902 ரோத்சில்ட் என்னும் எண்ணெய் சுத்திகரிப்பு ஆலையில் மாபெரும் வேலை நிறுத்தப் போராட்டம் தொடர்ந்தது. சுமார் 6 ஆயிரம் பேர் கவர்னர் அலுவலகத்தை முற்றுகையிட்டனர்.

வழக்கம்போல் அவர்களின் கோரிக்கை என்ன? எதற்காகப் போராடுகிறார்கள்? என்பதைப் பற்றி அணுகாமல் துப்பாக்கி சகிதம் கூட்டத்தை எதிர்கொண்டது காவல்துறை. அடுத்து என்ன? துப்பாக்கி சூடுதான். அடுத் தடுத்து கொத்துச் கொத்தாய் மாய்ந்தனர் போராட்டக்காரர்கள். நூற்றுக்கும் மேற் பட்டோர் கைது செய்யப்பட்டனர்.

இதில் ஸ்டாலினும் தப்பவில்லை, கைது செய்யப்பட்டார். 1902-ல் ஏப்ரல் 6-ஆம் தேதி கைது செய்யப்பட்டார். முதல் சிறைவாசம்.

சிறை வாசத்திலும் தொடர் படிப்பு, உடன் கைது செய்யப்பட்ட போராட்டக்காரர்களுடன் அடுத்தக் கட்ட போராட்டம் பற்றிய விவாதம். லெனின் எடுக்கும் நடவடிக்கைகள் குறித்து செய்திகள் அறிதல். பிற மாநிலங்கள் போராட்டக்களம் எத்தகைய வளமையை பெற்றிருக் கிறது. கைதிகளுக்கு வழங்கப்படும் சலுகை குறித்து காவல் துறையினரிடம் விவாதம் என ஓர் ஆண்டு கழிந்தது.

இதனை அறிந்த சிறைத்துறை, 'இவர் இங்கும் சும்மா கிடக்க மாட்டார்' - என சைபீரியா சிறைக்கு நாடு கடத்தினர். விடுதலையை தள்ளிப் போட்டனர்.

சைபீரிய என்பது ஒரு பெரும் பனிபொழியும் பாலைவனப் பிரதேசம். தனித்த சிறை மட்டுமே உள்ள பிரதேசம். எவ்விதத் தொடர்பும் விரைவில் கிட்டாது. போராட்டக்காரர்களை இம்சைப்படுத்தினால் ஏதும் தெரியாது. அங்குள்ள நோவயா உதா (Novya uda) எனும் பகுதியில் இறக்கி, 'ஒழுங்காக நடந்து கொண்டால் விடுதலை குறித்து யோசிப்போம். இல்லையேல் இன்னொரு பகுதியில் சிறைதான்' என எச்சரித்தனர்.

இந்நிலையில் தான் லெனினிடமிருந்து செய்தித்தாளில் மெழுகு தடவிய மறைத்த கடிதம் அவருக்குக் கிடைத்தது. 'எப்படி இருக்கிறீர்கள். உணவு வசதிகள் எப்படி? அங்கு குளிர் எப்படி?' என்ற வழக்கமான கடிதம் அல்ல.

ஸ்டாலினுக்கு தெளிவான செயல் திட்டம். கட்சியைப் பற்றி, பிற குழுக்கள் பற்றி எப்படி தப்பிப்பது? அதற்கான வழி என்ன? ஜோசப் ஸ்டாலின் எதிர்கால பங்கு என்ன? குறிப்புகளோடு அக்கடிதம்.

அதனால் ஏற்பட்ட உந்துதலால் எப்படியாவது தப்பிக்க சக தோழர் களின் உதவியுடன் லெனின் அறிவுரைப்படி 'தைரியமாக செயல்பட்டு வெளியே வா' என்ற உத்தரவு தந்த உற்சாகம்.

எனவே, அந்த அத்துவான பனி சூழ்ந்த காட்டில் இருந்து 1904 ஜனவரி 5-ஆம் தேதி அங்கிருந்து தப்பித்து காகஸஸ் மலைப்பகுதிக்கு வந்து சேர்ந்தார்.

●

ஜார்ஜியாவுக்கு ஜோசப் ஸ்டாலின் பொறுப்பு, ஒட்டுமொத்த ரஷ்யா வுக்கு லெனின் என்ற நிலையில் போராட்டக் களம்.

அப்போது ஜார் ஆட்சிக்கு எதிரான போராட்டக்களத்தில் முன் முனைப்போடு செயல்பட்டவர் இலியச் லெனின். அவர் பள்ளிப் பருவ நாட்களில் இருந்து ஜாரின் கொடுமையை அவரது குடும்பம் அனுபவித்தது. அவரது சகோதரர் அலெக்சாண்டர் உல்யானா ஜாரை தீர்த்துக் கட்ட திட்டமிட்டு அவர் பயணப்படும் வழியில் குண்டு வீசித் தாக்குதல் நடத்த திட்டமிட்டார்; செயல்படுத்தினர். தப்பித்தார். ஆயினும் ஜார் அரசு அவரைக் கண்டுபிடித்து தூக்குத் தண்டனை வழங்கியது. இந்தச் சம்பவம் லெனின் ஆழ்மனத்தில் பதிந்தது. சகோதரனுக்கு ஏற்பட்ட இத்தகைய கொடுஞ்செயலுக்கு பதிலடி கொடுக்க மக்களை ஒன்றிணைக்கும் பணியில் இறங்கினார்.

தன் சகோதரரை போல் அவசரப்படாமல் தொழிலாளர்கள், மக்கள் அனைவரையும் ஒன்றிணைத்து ஜார் அரசை வீழ்த்த வேண்டும் என்று போராட்டக் களத்தில் இறங்கினார். அவர் அப்போது சட்டக் கல்லூரி மாணவரே, ஆயினும் மக்களை ஒன்றிணைக்கும் புரட்சித் திட்டமே அவரது செயலூக்கம்.

விட்டு விடுமா ஜார் அரசாங்கம்? செப்டம்பர் 1893-ல் லெனினை கைது செய்து, ஒன்றே கால் ஆண்டு சிறைத் தண்டனை தந்து சிறையில் அடைக்கப்பட்டார். பின்னர் சைபீரியாவுக்கு நாடு கடத்தப்பட்டார். 1900 வரை சிறைவாசமே.

பின்னர், உள்ளூரிலிருந்தால் போராட்டத்தை வென்றெடுப்பதைவிட பிற தேசங்களுக்குச் சென்று பிறதேசத்து போராட்ட எண்ணம் கொண்டவர்களை சந்தித்து போராட்டத்தை கூர்மைப்படுத்த திட்டங்கள் தீட்ட முனைந்தார்.

இதனின் பொருட்டு ஜெனீவா, லண்டன், மூனிச் என்று ஐரோப்பா முழுதும் சுற்றி அங்குள்ள போராட்ட குணம் கொண்ட கம்யூனிஸ்ட் தோழர்களுடன் புத்தி ஜீவிகளுடன் கலந்து சோவியத் புரட்சிக்கு அடித்தளம் இட்டார். அங்கு புரட்சிக்கு அடிகோலிட்ட தோழர்களின் பத்திரிகைகளில் ருஷ்யாவின் நிலைமையையும், போராட்டக் களத்தையும் பகிரங்கப்படுத்தி கட்டுரைகள் எழுதினார்; விவாதித்தார்.

அங்கும் Russian Social Democritic Labour Party (RSDLP) என்ற கம்யூனிஸ்ட் கட்சியில் இணைந்து தீவிரமாய் செயலாற்றினார். 1903

அக்கட்சியின் மாநாட்டிலும் பங்கேற்றார். ஜாரை எதிர்த்துப் போராடுவது இருமுனை திசைவழி கையாளப்பட்டது; விவாதம் நடந்தது, விளைவு கட்சி இரண்டாக பிளவுபட்டது.

ஒரு பக்கம் லெனின் அவரது சகாக்கள். மற்றொரு பக்கம் ஜூலியஸ் மார்டோவ் (Juliles martov) மற்றும் அவரது சகாக்கள் என இரண்டாக பிரிந்தனர். ஆனால் அதிகாரத்தை யார் கைப்பற்றுவது? எப்படி கைப்பற்றுவது? கட்சியை எப்படி எத்திசையில் கொண்டு செல்வது? யார் யாரை சேர்ப்பது? யார் யாரை விலக்குவது? என்ற விவாதத்தின் முடிவே இரு கூரானது.

“அனுதாபிகள் அத்தனைப் பேரையும் கட்சியில் இணைத்துக் கொள் வதன் மூலம் எந்த பயனும் கிடையாது. தேர்ந்தெடுக்கப்பட்ட சில தீவிர புரட்சியாளர்களை மட்டும் சேர்த்துக் கொள்ளப்பட வேண்டும். அப்போதுதான் தீர்க்கமாக போராட முடியும்’ என்பது லெனின் குழுவின் வாதம்.

“அதெல்லாம் கிடையாது, யாரை வேண்டுமானாலும் கட்சி சேர்த்துக் கொள்ளலாம். அப்போதுதான் கட்சி வளரும்!” என்பது ஜூலியஸ் மார்டோவின் கொள்கை.

வாக்குவாதம் வளர்ந்து கட்சி இரு பிரிவினையைச் சந்தித்தது. லெனின் தரப்பு மக்கள் போல்ஸ்வீக்குகள் என்றும், மற்றவர்கள் மென்ஷீவீக்குகள் என தீவிரவாதம், மிதவாதம் என்ற போக்கில் பிரிந்தனர்.

இருவருக்கும் பின்னாலும் மக்கள் திரண்டனர். ஜார்ஜி பிளக்கானோ மென்ஸ்விக்குகள் பக்கம் இணைந்தார். இருவரும் வேண்டாம், நான் தனித்து இயங்குகிறேன் என்று லியான் டிராஸ்கி என மூன்றாகப் பிரிந்தது. ஆயினும் மக்கள் புரட்சிக்கு தயாராகி விட்டனர்.

இதனிடையில் ஜார் அரசிலும் மக்களின் எழுச்சி பீதியடையச் செய்தது. கலகங்கள் ஆங்காங்கே வெடித்தன. அரசு நிலை குலைந்தது.

1906-களில் டூமா பார்லிமெண்ட் அங்கத்தினரிடம் அரசு நிர்வாகத்தை ஒப்படைக்க வேண்டும் என்றும் ஜாரின் மந்திரிமார்கள் ராஜினாமா செய்ய வேண்டுமென்றும் அரசின் சொத்துக்கள் சூரையாடுவதும் சில இடங்களில் அரசின் காவல் துறையும், ராணுவத்தினரும் கலகம் தொடங்கி தொழிலாள ருடன் இணைந்து கொள்வதும் நிகழ்ந்தது.

இதனின் எதிர்வினையாக அரசின் டூமா மெம்பர்கள் மக்களுக்கான அதி தீவிரமான சீர்திருத்தங்களை அமுல்படுத்தி, 'எந்தவிதமான குற்றச் சாட்டப்பட்டவர்களுக்கு மரண தண்டனை கிடையாது' என சட்டம் இயற்றினார். இங்கிலாந்து பிரான்சு தேசத்தில்கூட இவ்வளவு சலுகைக் காட்டாதது பெரும் வியப்பைத் தந்தாலும், ஜாரின் அரசு இதனை சகித்துக் கொண்டது. ஏன் எனில் டூமாவின் மீது அரசு ஏதேச்சதிகாரம் பாய்ந்தது. ஜார் வீழ்வது நிச்சயம் என்ற புரிதல் அவர்களிடத்தில் ஏற்பட்டது.

1906-களில் ஜனநாயக சோசலிச அரசு முறை ரஷ்யாவிலும் ஏற்பட வேண்டும் என்ற முனைப்பில் அங்குள்ள மக்கள் ரத்தம் சிந்திய அளவு வேறு எந்த தேசத்திலும் நிகழவில்லை. ஒரு பக்கம் லெனின், ஸ்டாலின் அவர்களின் பின்னால் எழுந்த அலைகள், போராட்டங்கள் விளைவாய் ரஷ்ய சக்ரவர்த்தி ஜார் 'டுமா' என்ற பார்லிமெண்ட் முறையை கொண்டு வந்தார். இதனை செய்யாவிட்டால் தன்னுடைய அரியாசனம் சிதறிப் போய் விடும் என்று உணர்ந்தார்.

ஆனாலும் கொடுங்கோலனுக்கு புத்தி ஒரு வகையாய் நிற்குமா?

இது குறித்து நமது மகாகவி பாரதியார் குறிப்பிடுகையில் "ஒரு விஷயம் மட்டிலும் இங்கு பலமாக அறிவுறுத்தத்திற்குரியது. ருஷ்ய ஜனங்களாகிய ஆடுகள் மீது அரசேற்றும் கடுவாய் அரசனும் அவரது ஓநாய் மந்திரிகளும் நெடுங்காலமாய் தரித்திருக்க மாட்டார்கள். இவர்களின் இறுதிக் காலம் வெகு சமீபமாக நெருங்கி விட்டன என்பதற்கு தெளிவான பல சின்னங்கள் புலப்படுகின்றன. நீதி ஸ்வரூபியாகிய சர்வேசனது உலகத்திலே அநீதியும், ருஷ்ய ஓநாய்த் தன்மைகளும் நிலைக்க மாட்டா" என குறிப்பிட்டது நிஜமானது.

அரசுக்கு எதிரான புரட்சிகள் நாள்தோறும் பலம் அதிகரித்துக் கொண்டே வந்தன. மேலும் முதல் யுத்தத்தில் ருஷ்யா தோல்வியை கண்டதின் எதிரொலி ஜாரின் அரசுக்கு எதிராக மக்கள் வீதியில் நின்று கலகத்தை தொடங்கினர். இதனை எதிர்த்து ஜார் அரசு இறங்கினாலும் இறுதியில் அவன் தோல்வி கண்டான். அதனால் புரட்சிக் குழுக்கள் பெருகி அரசுக்கு எதிரான கலகங்கள் வெடித்தன.

இதன் விளைவு பிரதம மந்திரியின் வீட்டில் விருந்து நடைபெற்றபோது குண்டு வீசித் தாக்கி ராணுவத்தினர் கொலையுண்டதும், புரட்சியாளர்

மக்களிடம் புரட்சிக்கான துண்டு பிரசுரங்கள், பத்திரிகைகள் செய்தி வெளியிடுவதும், தொழிற்சாலைகள் மூடப்படுவதும், உயிர்கள் மாய்வதும் தொடர்ந்து அரங்கேறின.

குறிப்பாக 1906-ல் அரசின் ராணுவ ஜெனரல் ட்ரேபோவ் என்ற அதிகாரி கொலை செய்யப்பட்டான். ருஷ்ய மக்கள் ஆனந்த கூத்தாடினர். வீதியில் இறங்கி அவனது இறப்பை கொண்டாடினர்.

ஜாரின் கைப்பாவையான ட்ரேபோவ் மிகக் கொடூரமானவன். ஜாருக்கு எதிரான போராட்டக்காரர்களை, புரட்சியாளர்களை கொன்று குவித்த மா பாதகன். இவனை புரட்சியாளர்கள் குறி வைத்து ஒழிக்க முற்பட்டபோதும் தப்பித்த எம காதகன்.

இவனைக் குறித்து ரஷ்ய சரித்திரம் சொல்வது :

"ஜார் சக்ரவர்த்தியின் நெருங்கிய சகாவும், காவல் துறையின் தலைவனுமான இவன் சுதந்திரத்துக்காக குரல் கொடுக்கும், போராடும் மக்களை கொன்று குவித்தவன்.

இவனை கொன்றொழிக்க பலமுறை திட்டங்கள் தீட்டியும் அதனை எதிர்த்து நின்று தப்பித்து விடுவதுண்டு.

ஒருமுறை இவனைக் கைத்துப்பாக்கியால் கொன்றுவிடத் துடித்த புரட்சிக்காரி இளம் நங்கை எப்படியோ அலுவலகத்துக்குள் நுழைந்து விட்டாள். அவள் சிறிது தூரத்திலிருந்து 6 முறை சுட்டும் ஒவ்வொரு முறையும் குண்டு அவள் மீது பாய்வதை தடுத்தாட் கொண்டு முகத்தைக் கூட சுளிக்காமல் துப்பாக்கியில் குண்டு தீர்ந்தவுடன் அவளை கைது செய்த துடன் மிகக் கொடூரமாக வதை செய்து கொன்று விட்டான்."

அவள் கொல்லப்பட்டதைக் கூட ஜார் அரசு மறைத்து ஏதோ வியாதியினால் பீடிக்கப்பட்டு இறந்ததாக அறிக்கை வெளியிட்டது. ஆயினும் அவன் புரட்சிக்காரர்களால் கொல்லப்பட்டான் என்பதே உண்மை.

இப்படி நாளொரு வண்ணமும், பொழுதொரு வண்ணமாய் போராட்டங்கள், தொழிற்சாலைகள் மூடல், மக்கள் வீதியில் இறங்கி போராடி ஸ்ரீமான் லெனின் தலைமையிலும் ஜோசப் ஸ்டாலின் பின்னணியுடன் புரட்சி யுத்தம் தொடர்ந்தது.

இக்காலக்கட்டத்திலேயே ஸ்டாலின் திருமணம் புரிந்தார். அவரது மனைவியின் சகோதரரும் இவரும் ஒன்றாக பள்ளியில் படித்தவர்கள் என்பதை குறிப்பிட்டிருந்தோம். அவரது தந்தை ரயில்வேயில் பணி புரிந்தவர். குறிப்பாக ஜார் மன்னனின் எதிர்ப்பாளர்.

ஸ்டாலின் மனைவி ஏகாதெரினாவுக்கு அரசியலில் பெரிதும் ஈடுபாடு இல்லை. குடும்பத்தை கவனிப்பதே அவரது பணியாயிற்று. ஸ்டாலின் அரசியல் வாழ்க்கையில் அவரது பங்களிப்பாக ஏதும் அறிந்தாரில்லை. அதனால் அது குறித்து பெரிதாக யோசிக்கவில்லை.

எப்போதும் வாசிப்பு, எழுத்துப்பணி, கூட்டங்களில் கலந்து கொள்வது, தோழர்களுடன் கலந்துரையாடியது இதனை ஒரு பார்வையாளராக மட்டுமே நின்று கவனித்தார்.

1908-ஆம் ஆண்டு இவர்களுக்கு ஒரு குழந்தையும் பிறந்தது. அவருக்கு யாகோ எனப் பெயர் சூட்டினர். ஆயினும் திருமண வாழ்க்கை இரண்டே ஆண்டுகள் நீடித்தன. அக்காலப் பருவ மாற்றச் சூழலில் ஏகாதெரின விஷக் காய்ச்சலால் பீடிக்கப்பட்டு 1910-ல் நோய்வாய்ப்பட்டு மரணம் அடைந்தார். ஸ்டாலின் மனம் உடைந்து கதறியழுதார். இது அவரை வெகு வாக பாதித்தது. குழந்தையை கவனிக்க சகோதரியிடம் ஒப்படைத்து விட்டு தன் போராட்டக் களத்தில் செயல்பட்டார்.

ஸ்டாலினின் முழு கவனம் கட்சியை பலப்படுத்துவதும், போல்ஷ்வீக் கட்சி உறுப்பினர்களை ஸ்திரப்படுத்தும், மென்ஷிவீக்குகள் கொடுக்கும் நெருக்கடியிலிருந்து எதிர்வினை ஆற்றுவதுமாக அமைந்தது.

தொழிலாளர்களின் பிரச்சனைகளை எதிர்கொள்வது; அவர்களின் பிரச்சனைகளை தீர்ப்பது; அவர்களின் சோர்வை களைப்பது; உற்சாகப் படுத்துவது; அவர்களிடையே உள்ள அச்சத்தை போக்குவது; அவர்களின் வாழ்வாதாரத்துக்கு வழி காண்பது - என அவர்களை ஒன்றிணைத்து சங்கம் உருவாக்குவது - அவர்களை தம்வசம் ஈர்க்க அணைத்து முயற்சிகளை யும் செய்தார்.

பொதுக் கூட்டங்கள், மாநாடுகள், தெருமுனைகள், வீட்டுத் திண்ணை களில், கடைத்தெருவில் என எங்கெங்கு சந்தித்தாலும் அவர்களுடன் விவாதித்தும் அவர்கள் விழித்தெழ, தடைசெய்யப்பட்ட பத்திரிகைகளின் அரசின் அராஜக போக்கை, அதனை எதிர்த்து எப்படி போராட வேண்டும்

என தெளிவுற எழுதி மக்களின் நம்பிக்கையைப் பெற்றார்.

1908-ல் அரசு அவரின் போக்கை அறிந்து, அவரை வெளியில் இருந்தால் தானே? என சிறை பிடித்தனர்.

இந்த முறை பைலோவ் என்ற சிறைக் கொட்டியில், இந்தச் சிறை சாலை மற்ற சிறைச் சாலை போன்றதன்று. திடீரென சிலரை அழைத்துக் கொண்டு போய் சிறைக் கைதிகளுக்கு முன்னாலேயே தூக்கிலிடுவது போன்று கொடூரமாக செயல்பட்டனர்.

இதுபோன்ற நேரங்களில் ஸ்டாலின் சிறைக்குள்ளே முடங்கிக் கிடப்பது அல்லது ஜெர்மன் இலக்கியங்களில் மூழ்கித் திளைப்பது எனக் கிடந்தார்.

ஒன்றரை ஆண்டுகளுக்குப் பின் சால்வே ஹெகோஸ்க் (Solvage Hegodst) என்ற இடத்துக்கு நாடு கடத்தப்பட்டார். அங்கிருந்து நான்கே மாதங்களில் தப்பித்து பீட்டர்ஸ்பர்க் வந்தடைந்தார்.

சிறையில் அவர் வாழ்ந்த காலத்தில் கட்சிக்குள் பெரும் மாற்றங்கள் நிகழ்ந்தன. இதில் இரண்டு விடயங்கள் அவரை பெரும் வருத்தத்துக் குள்ளாக்கின.

அவை ஒன்று, கட்சி பெருத்த சரிவைக் கண்டது. இதன் தொடர்ச்சியாய் தாம் எழுதிக் கொண்டிருந்த பக்கின்ஸ்கி புரோலெட்டரி (The Bankinsky prolitary) நின்று போனது அதிர்வலையை ஏற்படுத்தின.

இதனால் முதல் காரியமாக மக்களிடம் கொண்டு செல்ல ஒரு பத்திரிகை தொடங்குவது.

இரண்டாவது, கட்சி உறுப்பினர்கள் குறைந்ததன் காரணத்தை அறிந்து அந்நியப்பட்டுப்போன, விலகிப் போனவர்களை ஒன்றிணைக்க செயல்படுவது.

இவைகளை முன்மொழிந்து, 'போல்ஸ்விக் கட்சிக்குள் நிகழும் மோதல் களை தவிர்ப்பது எப்படி? கட்சிக்குள் இருந்து கொண்டே டிராஸ்கி, அவரது ஆட்கள் கட்சியை பலவீனப்படுத்தும் முயற்சிகளை தடுப்பது, கட்சிக்குள் புதிதாக ஊக்கமுள்ள, செயல்பாடுள்ள தோழர்களை இணைப்பது' குறித்து கருத்துகளை வெளிச்சமிட்டுக் காட்டி கட்டுரைகள் வரைந்தார்.

இந்நிலையில் ஸ்டாலினை மாஸ்கோ, பீட்டர்ஸ்பர்க் நகருக்குள் நுழைய விடாமல் அரசும் கண்காணித்து வந்தது. ஆயினும் ஸ்டாலின் தலை மறைவாய் சுற்றினார்; செயலாற்றினார்.

1912-ல் ஜனவரி மாதம் ப்ராக்சில் போல்ஸ்வீக் கட்சியின் மாநாட்டில் இரண்டு முக்கிய முடிவுகள் எடுக்கப்பட்டன. ஒன்று, ஊடுருவிய மென்ஸ்வீக்குகளை கட்சியிலிருந்து களையெடுப்பது, இதன் மூலம் டிராஸ்கி போன்றவர்கள் கொடுக்கும் தொல்லைகளைத் தவிர்ப்பது, இதன் வழியே போல்ஸ்வீக் கட்சியை பலப்படுத்துவது.

இரண்டாவது, ஸ்டாலினை மத்தியக் குழுவில் இணைத்து மாகாண அரசியலிலிருந்து மத்திய அரசியலில் அவருக்கு முக்கிய பங்களிப்பது என்று தீர்மானித்தது.

இதன்மூலம், ஸ்டாலினை தூரத்திலிருந்து பணியாற்றியவர் என்ற நிலையிலிருந்து மிக அருகே முதன்முறையாக அனைவரின் கவனத்தினை பெற்ற ஒருவரானார்.

இதற்கு கடும் விமர்சனங்கள் எழுந்தாலும், இவர் லெனினைப் போல் செயலாற்றுவாரா? என்ற கேள்விகள் எழுந்தாலும் இதன் பின்னணியில் லெனினின் பங்களிப்பு அனைவரின் வாயை அடைத்தன.

இதன்வழி போல்ஸ்வீக் கட்சி புத்துயிர் பெற்றது. மே 5, 1912-ல் 'ப்ராவ்தா' நாளிதழ் தொடங்கப்பட்ட முதல் தலையங்கம் ஸ்டாலின் எழுத்துடனே பிறந்தது. போல்ஸ்வீக் கட்சியின் கொள்கைகள், சித்தாந்தங்களை சுமந்து முதல் இதழ் வெளிவந்து தொடர்ந்து ஒவ்வொரு இதழும் ருஷ்யப் புரட்சியின் வழிகாட்டியாய் மிளிரத் தொடங்கியது.

போல்ஸ்வீக் கட்சியின் அபரிமித வளர்ச்சியை கண்ட காவல்துறை கலகக்காரர் என்று சுமத்தி அவரைக் கைது செய்தது. வழக்கம்போல் மூன்றாண்டு நாடு கடத்தல் தண்டனைதான். அவரும் அதிலிருந்து தப்பித்து பீட்டர்ஸ்பர்க் வந்து சேர்ந்தார்.

அரசின் டுமாஸ் அரசாங்கம் நாடாளுமன்ற தேர்தலை அறிவித்தது. ஸ்டாலின் தேர்தல் பிரச்சாரத்தில் மும்முரமாக இயங்கினார்.

ஸ்டாலின் மக்களிடையே முழங்கினார், "மக்களே இது நமக்கான வாய்ப்பு. ஜாருடன் சமரச பேச்சுவார்த்தைக்கு இனி இடமில்லை. 1905

ரத்த ஞாயிறு சம்பவத்தை நினைவு கொள்ளுங்கள். அதனை யாரும் மறந் திருக்க முடியாது. இனி இதுபோன்று நிகழாவண்ணம் உங்கள் அனைவரின் பங்களிப்பும் ஒத்துழைப்பும் தேவை. இனி வருங்காலம் மக்களின் பெரும் போராட்ட வடிவமே ஆகும். ரஷ்ய தொழிலாளி வர்க்கத்தின் வளர்ச்சியை, எழுச்சியை, முன்னேற்றத்தை இனி ஒருவராலும் தடுக்க முடியாது" - என முழங்கினார்.

அவரது முழக்கத்திற்கும், லெனின் வீரவேச உரைகளும் தக்க பலனைத் தந்தது.

போல்ஸ்வீக் கட்சி அறுதி பெரும்பான்மை பெற்று, தொழிலாளர் பிரதிநிதிகள் மொத்தம் ஒன்பது உறுப்பினர்கள் தேர்வானார்கள்.

ஸ்டாலினின் இத்தயைப் பணிகளை உடனிருந்து கவனித்த லெனினுக்கு பூரண திருப்தியளித்தது.

"ஸ்டாலின், கட்சி வளர்ச்சியின் வெற்றியின் பங்களிப்புக்கு ஆற்றிய தங்களின் அக்கறை நேர்மையானது, நன்றி, உங்களுக்கு கூடுதல் பொறுப்புகள் வழங்க உத்தேசித்துள்ளேன்" - என லெனின் முன்மொழிய

ஸ்டாலின், "தாராளமாக, உங்களுடைய கனவுகளை, லட்சியங்களை நிறைவேற்றுவதே என் பணி. என் வாழ்வின் ஒவ்வொரு நிமிடத்தையும் இதற்காக மட்டுமே செலவிடுவேன்" என பதிலுரைத்தார்.

ஸ்டாலினின் அடுத்த பணியாக வியன்னா சென்று அங்குள்ள தேசிய இனச் சிக்கல்கள், மோதல்கள் குறித்தும், ஆஸ்திரியாவில் உள்ள சோசலிஸ்ட் கட்சி எப்படி செயல்படுகிறது, அவர்களுடைய செயல் திட்டங்கள் என்ன என்று தெரிந்து கொள்ள லெனின் *தூதுவராக* சென்று ஆய்ந்தார்.

அதே நேரத்தில் மீண்டும் கட்சிக்குள் புகைச்சல்.

ஸ்டாலினுக்கு லெனின் தரும் முக்கியத்துவத்தை சிலர் விமர்சித்தனர். அவருக்கு என்ன கட்சியின் முக்கிய பொறுப்புகளை தருவது? தூதுவராக பிற நாடுகளுக்கு அனுப்புவது? என்று விமர்சித்தனர்.

ஆயினும் லெனின் இது குறித்து சஞ்சலப்படவில்லை. ஸ்டாலின்

எழுச்சிமிக்க கட்டுரைகள் மக்கள் மத்தியில் புத்துணர்ச்சியையும், எழுச்சியையும் நன்கறிந்திருந்தார். ஜார்ஜியாவில் இருந்து எழுதி வரும் அவரது கட்டுரைகளை வாசித்த அவரது தீவிர வாசகரானார். கட்சியின் மீது அவர் கொண்டுள்ள ஈடுபாட்டினை பிற தோழர்களும் உணர்ந்து கொள்ள அதன் பிரதிகளை அவர்களுக்கு அனுப்புவதும், அது குறித்து விவாதிப்பதும் குறிப்பிடத்தக்கதாயின.

'வியன்னாவின் நிலைமையை ஆராய ஸ்டாலினை விட தகுதியான வர்கள் இல்லை' என்பதே லெனின் தீர்க்க தரிசன பார்வையாக இருந்தது.

வியன்னா சென்ற ஸ்டாலின் ஒரு மாதம் தங்கியிருந்து தேசிய இனம் குறித்தும், ஒரு தேசத்தை எப்படி வளர்த்தெடுக்க வேண்டும், எதனதன் வளர்ச்சியை முன் நிறுத்த வேண்டும் என ஆய்வு செய்து அதனை கட்டுரை வடிவில் ஆய்வு செய்து நீண்ட அறிக்கையை லெனின் வசம் ஒப்படைத்தார்.

லெனினுக்கு அடுத்தப்படியாகவே ஸ்டாலின் கட்சிக்குள்ளும், தோழர்கள் மத்தியிலும் பேசப்பட்டார்.

இதன் விளைவு எதிரிகளையும், அதே சமயம் நல்ல தோழர்களின் நட்பு வட்டமும் விரிந்தன.

ஸ்டாலினின் செயல்பாடுகள், மக்களின் எழுச்சி அரசுக்கு அச்சுறுத்தலாய் அமைந்தது. எத்தனை முறை கைது செய்தாலும் எப்படியேனும் தப்பி விடுகிறாரே என தடுமாறியது. இவரை என்னத்தான் செய்வது என தீவிரமாய் யோசித்தது.

மீண்டும் 1913-பிப்ரவரியில் ஸ்டாலினை கைது செய்து அரசு நான்கு ஆண்டு தண்டனை விதித்து நாடு கடத்தியது. சைபீரியாவிலுள்ள துருகான்ஸ் எனும் பனிப் பிரதேசத்துக்கு கொண்டு சென்று தள்ளியது. இருப்பதிலேயே சைபீரியாவின் கடுமையான வெளி இது. பனிகள் சூழ்ந்த பகுதி. அதுவும் ஆளை கொல்லும் பனி. இப்பனியில் சிக்கியவர்கள் மாள்வது திண்ணம்.

நண்பர்கள், தோழர்கள் தந்த கதகதப்பான ஆடைகள் அவரைக் காத்தன. அப்போது அவர் தோழருக்கு எழுதிய கடிதம் :

"ஆடைகள் வாங்குவதற்கு நிறையப் பணம் செலவழிக்க வேண்டாம். ஒரே ஒரு உதவி மட்டும் செய்யுங்கள். இயற்கைக் காட்சிகள் கொண்ட

வாழ்த்து அட்டைகள் கிடைத்தால் வாங்கி அனுப்புங்கள். இந்த பிரதேசத்தில் பணியை தவிர பார்ப்பதற்கு வேறொன்றும் இல்லை. எனவே அவைகள் கிடைக்கும் பட்சத்தில் எனக்கும் ஆறுதல் தரும்."

1914-ல் சோவியத் ருஷ்யாவில் லெனினும் ஸ்டாலினும் மக்களை ஒன்று திரட்டி போராட்டத்தை முன்னெடுத்தச் சூழலில் முதல் உலக யுத்தம் தொடங்கியது.

★

5

முதல் உலக யுத்தம்

முதல் உலகப் போர் என்பது உலகம் தழுவிய அளவில் முதலில் தொடங்கவில்லை. எனினும் இது பெரும்பாலும் ஐரோப்பாவிலேயே நடைபெற்றது. இப்போரின் ஐரோப்பாவின் நேச நாடுகள் என்று அழைக்கப்பட்ட பிரான்ஸ், ரஷ்யா, பிரிட்டன், மற்றும் அமெரிக்க ஆசிய நாடுகள் மைய நாடுகள் என்று அழைக்கப்பட்டன. ஆஸ்திரியா, ஹங்கேரி, ஜெர்மனி மற்றும் இத்தாலி ஆகிய நாடுகள் எதிர் எதிர் பக்கங்களில் நின்று போரிட்டன.

இதன் அளவும், செறிவும் முன்னெப்போதும் இல்லாத அளவு பெரிதாக இருந்தது. பெருமளவினர் சண்டையில் ஈடுபட்டிருந்த தோடு பெரும் அளவு இழப்புகளை சந்தித்தன.

60 மில்லியன் ஐரோப்பியர்களை உள்ளடங்கிய சுமார் 70 மில்லியன் போர்வீரர் சண்டையில் ஈடுபட்டனர்.

புதிய தொழில்நுட்பங்களின் வழிவந்த இயந்திர துப்பாக்கிகள், உயர்தரமான கனரக பீரங்கிகள், மேம்பட்ட போக்குவரத்து, நச்சு வளிமம், வான்வழி போர்முறை, நீர்மூழ்கிகள் என்பன போரில் தாக்கத்தை, தாக்குதலில் பெரிதும் ஈடுபட்டன.

போரில் 40 மில்லியன் மக்கள் போர்க்காயங்களும் உயிரிழப்புகளும் ஏற்பட்டன.

இதில் குடிமக்களும், போராளிகளுமாக சுமார் 20 மில்லியன் பேர் காயங்களும், உயிரிழப்புகளும் ஈடுபட்டன.

போரினால் ஏற்பட்ட முற்றுகைகள், புரட்சிகள், இன ஒழிப்பு, நோய்த் தொற்றுகள் என்பன மக்களுடைய துன்பங்களை மேலும் அதிகப்படுத்தின. இப்போர் 1914 தொடங்கி 1918-ஆம் ஆண்டு வரை நடைபெற்றன.

இது ஒரு ஏகாதிபத்திய யுத்தமே.

தொழிற்புரட்சி நிகழ்ந்து உற்பத்திப் பொருட்களை குவிக்க புதிய சந்தைகளை தேட வேண்டும். பிற நாட்டின் வளங்களை அபகரிக்க வேண்டும். புதிய காலனிகளை தன்னாட்சிக்கு கீழ் கொண்டு வர வேண்டும் என்பதே இந்த யுத்தத்தின் நோக்கமாக இருந்தது.

பிரிட்டன், பிரான்ஸ் ஆகிய நாடுகளின் காலனிகளை கைப்பற்ற எண்ணியது ஜெர்மனி. அப்படியே ரஷ்யாவிடமிருந்து உக்ரைன், போலந்து மற்றும் பல்டிக் பிரதேசங்களை கைப்பற்ற வேண்டும்.

(இன்று எப்படி உக்ரைனை தம்வசம் ஆக்கும் முயற்சியில் ஐரோப்பிய நாடுகள் ஈடுபட்டு ரஷ்யாவுக்கு எதிராகத் தூண்டி குளிர் காய்கிறதோ அப்படியே.)

பிரிட்டன் போரினில் குதிக்கக் காரணமே ஜெர்மனிதான். புதிய தொழில் உற்பத்தி அபரிமிதமாக ஜெர்மனி முன்னேறிக் கொண்டிருந்தது. இதனை பிரிட்டனால் சகித்துக் கொள்ள முடியவில்லை. வல்லரசாக இரண்டு நாடுகளுக்கு மேல் அனுமதிக்க முடியாது (இன்றும் அப்படியே) ஒன்றோ இரண்டோ இருந்தால்தான் மரியாதை.

ஆளாளுக்கு வல்லரசு ஆகி விட்டால் என்ன ஆகும்? ஆகவே போர்.

அதேபோல் ப்ரான்ஸுக்கும் ஒரு ஆசை. ஜெர்மனியிடமிருந்து சில பிரதேசங்கள் தங்கள் ஆளுகைக்கு கொண்டு வர வேண்டும். இந்நிலையில் ஜார் மன்னன் சும்மாயிருப்பானா?

மக்களை தூண்டும் வகையில், "உலக மக்களே எனக்குப் பெரிதாக ஆசை என்று எதுவும் இல்லை. ரஷ்யாவை நிர்வகிப்பதற்கு புரட்சியாளர் களை எதிர்ப்பதற்கு போதும் போது என்றாகி விட்டது. எனவே எல்லாரும் போரில் குதித்தபோது நான் மட்டும் கை கட்டிக் கொண்டிருந்தால் தகுமோ?"

நமக்கு பெரிதாக எவ்வித எதிர்ப்பார்ப்பும் இல்லை. ஆயினும், நம்மைச் சுற்றியுள்ள துருக்கி, கான்ஸ்டாண்டிநோபிள் (தற்போதைய இஸ்தான்புல்) தொடர்ந்து கருங்கடல், டார்டெலென்ஸ் நீர் இணைப்புப் பகுதி, இன்னும் நம்முடன் ஆஸ்திரியா - ஹங்கேரி என பரந்த தேசத்தை நம் பிடியில் கலிஸியாவையும் எடுத்துக் கொண்டால் பரந்த தேசமாக, பல செல்வச் செழிப்புடன் வாழலாம் அல்லவா? என்ற கனவுடனே - ரஷ்யா போரில் குதித்தது.

இதில் :

நேச நாடுகள்	**மைய நாடுகள்**
ரஷ்யப் பேரரசு	ஆஸ்திரியா
பிரான்ஸ்	ஹங்கேரி
பிரித்தானியப் பேரரசு	ஜெர்மன் பேரரசு
இத்தாலி	ஓட்டோமான் பேரரசு
ஐக்கிய அமெரிக்கா மற்றும் பல	பல்கேரியா

என்று அதன் தலைவர்.

நிக்கோலஸ் II	பிரான்ஸ் ஜோசப்
அலெக்சேய்	Conradvon Hotzendorf
புருசிலோவ்	வில்ஹெல்ம் II
ஜார்ஜஸ்	எரிக்வொன்
கிளெமென்சியு	பால்கென் ஹெயின்
ராபர்ட் நிவேலே	பால்வௌன்

பிலிப் ப்டைன்	ஷின்டென்பர்க்
மன்னர் ஜார்ஜ் V	ரெயின்ஹர் ஸ்கீர்
ஹெர்பேர்ட் எச்	எரிக்லுடெண் டார்ஃப்
அஸ்குயில்	மெஹ்பெட் II
டே.லாயிட் ஜார்ஜ்	இஸ்மாயில் என்வர்
டக்ளஸ் ஹேக்	முஸ்தபா கெமால்
ஜான் ஜெலிக்கோ	பேர்டினண்ட் I
விக்டர்	
இம்மானுவேல் VII	
லுங்கி கடோர்னா	
ஆர்மண்டோ டயஸ்	
வூட்ரோ வில்சன்	
ஜான் போர்ஷங்	

- என இருவேறு துருவங்களாக நின்று நாடுகளை அபகரிக்க கங்கணம் கட்டி நின்றனர்.

1914-ல் ரஷ்யா ஜெர்மனி மீது போர்த் தொடுத்தது. தொடர்ந்து ஒவ்வொரு நாடாக களத்தில் இறங்கின. உலகையே புரட்டிப் போட்ட, திரும்பிப் பார்க்க வைத்த யுத்தம் அரங்கேறியது.

மன்னர் நிக்கோலின் தந்துரோபாயத்தை உணர்ந்து கொண்ட லெனின் ரஷ்யா போரில் குதிப்பதை எதிர்த்தார். முதல் உலகப் போரை கடுமையாக எதிர்த்த முதல் கட்சி போல்ஸ்வீக் என்றே சொல்ல வேண்டும்.

இது குறித்து தீவிரமாக மக்களிடம் எச்சரித்தார் லெனின். பிரச்சாரமும் தொடர்ந்தார். இதற்கு தீர்வாக ஒரு திட்டத்தை முன் வைத்தார்.

“ரஷ்ய மக்களே, இது முழுக்க முழுக்க ஏகாதிபத்திய வாதிகளால் நடத்தப்படும் போர். மக்களாகிய நமக்கும் இதற்கும் எந்தத் தொடர்பும் இல்லை. எனினும் இதில் பலிகாடாவது நமது மக்களே. ஒரு போரை நடத்துவது சாதாரண காரியமல்ல. அதற்கான அதிநவீன ஆயுதங்கள் மட்டுமே இருந்தால் போரிட முடியும். நமது கொடுங்கோன்மை மன்னர் பேராசையினால் இது நிகழ்கிறது. அதன் பொருட்டு நிறைய பிற தேசங்களி

லிருந்து கடன் வாங்குகிறார்.

இந்தப் போரை நிறுத்த முடியாது. அதற்கான அதிகாரம் நம் மன்னருக்கும் கிடையாது. ஆயினும் இந்தப் போரை நம்மால் நமக்கு சாதகமாக ஆக்கிக் கொள்ளவும் முடியும். எந்தப் போரின் பேரில் கடனாளி ஆக்குகிறாரோ அதன் வழியே, அதே போரை அவரே அகற்றலாம்.

இதுதான் நாம் செயல்பட வேண்டிய தருணம். ஏகாதிபத்திய அரசுக்கு எதிராக அணி திரள்வோம். தொழிலாளிகள், விவசாயிகள், இளைஞர்கள், முதியோர்கள், ஆண்கள், பெண்கள் என அத்தனைப் பேரும் இந்தப் போராட்டத்தில் குதிக்க வேண்டும்.

ஜார் மன்னன் பிற நாடுகளை அபகரிக்க போர்த்தொடுக்கும் வேலையில் நாம் உள்நாட்டில் போர்த் தொடுப்போம்.

ஜார் தொடுக்கும் போர் நம்மை கொன்றொழிக்கும் தந்தோரபாயம். நாடு பிடிக்கும் போர். நாம் தொடுக்கும் போர் சமூக நீதியைக் காக்கும் போர். நம் விடுதலைக்கான போர்'' - என முழக்கமிட்டு விழித்தெழச் செய்தார். போரும் முடிவுக்கு வந்தது. இப்போரில் இரு தரப்பிலும் உயிரிழந்தவர்கள் பட்டியல் :

இறந்த படையினர் :	*55,25,000*	*43,86,000*
காயமுற்றோர் :	*1,28,31,500*	*83,88,000*
காணாமல் போன படையினர் :	*41,21,000*	*32,29,000*

இப்போரினால் 20-ஆம் நூற்றாண்டின் எஞ்சிய காலங்களில் அரசியலில் பெரும் மாற்றத்தை கண்டன.

போரின் விளைவு ஆஸ்திரிய - ஹங்கேரி பேரரசு, ரஷ்யப் பேரரசு, உதுமானிய பேரரசு என சிதைவுற்று துண்டு துண்டானது.

ஐரோப்பாவிலும், மையக் கிழக்கு நாடுகளிலும் எல்லைகள் மாற்றம் கண்டன.

ருஷ்யாவில் போல்ஸ்வீக் கட்சியினர் எதிரான நடவடிக்கைகள் தொடங்கின. கட்சி அலுவலகங்கள் சோதனைக்குள்ளாகின. கட்சி ஆதரவாளர்களை சிறைப்படுத்தினர். போரைக் குறித்து விமர்சிப்பவர்களை, பேசுபவர்களை, விவாதிப்பவர்களை சிறைக்குள் தள்ளியது ஜார் அரசு.

போரில் ஈடுபட்ட போர் வீரர்களுக்கு தக்க வசதிகள் செய்து தரப்பட வில்லை. உணவு, மருந்து, குளிர்கால ஆடைகள், மாத்திரைகள் பற்றாக் குறை, இந்தப் போரினால் நாம் உயிரிழக்க வேண்டுமா? என ராணுவத் தினரும் யோசிக்கத் தலைபட்டனர்.

இதுதான் தக்கத் தருணம் என போல்ஸ்வீக் கட்சியினர் பிரச்சாரத்தை அடுத்தக் கட்டத்துக் கொண்டு சென்றனர். புரட்சிகர குழுவில் கப்பல் படை ராணுவத்தினர் முன் வந்தனர்.

ஜாரின் உத்தரவுகளை புறக்கணித்தனர். இதுவே ஜார் ஆட்சி விழக் காரணமாயின.

இத்தகைய வீழ்ச்சியின் நெருக்கடியில் ருஷ்ய தேசம் பல இன்னல் களுக்கு உள்ளானது. தொழிற்சாலைகள் முடங்கின, விவசாயம் பொய்த்தது, விளைச்சல் இல்லை, உணவுப் பொருள்கள் தட்டுப்பாடு, வறுமையில் உழன்றவர்களை கட்டாய ராணுவ சேவைக்கு அழைத்துச் சென்றது. மக்கள் மனத்தளவில் மாற்றம் கொண்டு ஜார் ஆட்சிக்கு எதிராக கிளர்த்தெழத் தொடங்கினர். மொத்தத்தில் ஜாருக்கு எதிராக மக்கள் எழுச்சி வீறு கொண்டெழுந்தது.

இந்நிலையில் ஸ்டாலினும் நாடு கடத்தப்பட்டிருந்தார். எனினும் சிறைப்பட்டிருந்த சக தோழர்களுடன் புரட்சிக்கான திட்டத்தை தீட்டி உரையாடியும், லெனினுடன் கடிதப் போக்குவரத்தும் கொண்டிருந்தார்.

ஜனவரி 1917-ல் பெட்ரோகாட், மாஸ்கோ, பாகா உள்ளிட்ட நகரங் களில் மாபெரும் போராட்டங்கள் வெடித்தன. தொழிலாளர், விவசாயி கள் திரண்டனர். இவர்களுடன் ராணுவமும் கை கோர்த்தது. அனைவரை யும் ஒன்று திரட்டி தலைமைத் தாங்கி வழி நடத்தினார் லெனின்.

ஆண், பெண், குழந்தைகள் பேதமற்று சாரை சாரையாக மக்கள் தெருவில் இறங்கி 'ஜார் மன்னன் ஒழிக' என்ற கோஷம் விண்ணைப் பிளந்தன.

ஜாரின் குளிர்கால அரண்மனை சுற்றி வளைக்கப்பட்டது.

எரிச்சலுடன் கத்தினான் ஜார் மன்னன். போரின் இழப்பு, அவமானம், உள்நாட்டு கலகம் அவனை திக்குமுக்காட வைத்தன.

மார்ச் 11-ஆம் தேதி ஆயுதப் போராட்டம் வெடித்தது. ஆயினும் போரில் எதிரி தேசங்களுடன் போரிட்டனரோ அப்படி ஏன் தீவிரமாக, உக்கிரமாக போராட்டக்காரர்களுக்கு எதிராக செயல்பட்டது ராணுவம்.

ஆயினும் இதில் தோல்வியே கண்டது. ஜாரின் காட்டுத்தனமான உத்தரவுக்கு ராணுவம் கீழ்ப்படியவில்லை. போராட்டக்காரர்களுடன் ஒன்றிணைந்தனர். ஜாருக்கு கீழ்ப்படிந்த ராணுவப் படை, தங்கள் சீருடைகளை கழற்றி எரிந்து, தொப்பிகளை வீசியெறிந்து மக்களோடு மக்களாக சங்கமம் ஆயினர்.

ஜார் இரண்டாம் நிக்கோலஸ் தன்னைக் காத்துக் கொள்ள தலைமறைவானார்.

பிப்ரவரி 27, போல்ஸ்வீக் கட்சி பிரகடனத்தை அறிவித்தது.

“ஜார் ஆட்சி காலம் முடிவுக்கு வந்து விட்டது. இது மக்கள் எழுச்சியின் மாபெரும் வெற்றி. கூடிய விரைவில் புதிய புரட்சிகர அரசாங்கம் உருவாகும்; நிர்மானிக்கப்படும்.”

ராணுவத்தினரிடமிருந்து தப்பிய லெனின் ஸ்விட்சர்லாந்தில். ஸ்டாலின் சிறையில்.

மென்ஷுவீக்குகள் இதனை தக்க தருணமாக பயன்படுத்திக் கொண்டு புரட்சிகர குழுக்களுடன் இணைந்து சோவியத்தை கைப்பற்றினர். தனது தந்தோரபாயத்தால் ஜாரின் கையாளான இளவரசன் லிவோவ் வசம் ஆட்சி அதிகாரத்தை கொடுத்தனர். இதன் பின்னணியில் அவர்களுக்கு ஒரு ரகசிய ஒப்பந்தமும் ஆயின.

மார்ச் 17-ல் தண்டனை காலம் முடிந்த ஸ்டாலின் தலைநகர் பெட்ரோ காடுக்கு திரும்ப, புரட்சியில் திளைத்தாலும், இளவரசுடன் சேர்ந்து கொண்டு மென்ஷீவீக்குகளின் கொட்டத்தை அடக்கவும் முடிவுக்கு கொண்டு வரவும் திட்டம் தீட்டினார்.

ஆயினும் முழுமையான புரட்சி இனிதான் தொடக்கம்.

★

6
புதிய ருஷ்யா

ஜாரின் வழிகாட்டுதல்படி மென்ஷீக் கட்சி அரசைக் கைப்பற்றியது. ஆயினும், ருஷ்ய தேசத்தை ஒருங்கிணைக்கவோ, மக்களின் வாழ்வதாரத்தை மேம்படுத்தவோ எந்தவித திட்டமிட்டும் செயல்படவில்லை. மக்களிடம் வறுமை, பசி, பட்டினி மேலும் உழன்றது. ஜாரின் ஆட்சியே தொடர்வது போலவே தோற்றம் கொண்டது.

லெனினும் அயல்நாடு சென்றவர் திரும்ப வில்லை. அதுவரை பொறுத்திருக்க முடியுமோ?

போல்ஷ்வீக் கட்சி இதனை சகித்துக் கொண்டிருக்குமோ இதனைத் தொடரா விட்டால் இன்னும் ருஷ்ய தேசத்தின் நிலைமை மோசமடையும். புதிய அரசை நீக்கி புரட்சிகர அரசை நிர்மாணிக்க வேண்டும். சூழ்நிலையை உணர்ந்து கொண்டார் ஸ்டாலின்.

மக்களிடத்தில் தற்போதைய நிலையை, செயலைப் புரிந்து கொள்ள முன்னெடுக்க வேண்டும். முதல் வேலையாக ப்ராவ்தா இதழ் பொறுப்பை ஏற்றும், கட்சியின் தலைமைப் பொறுப்பை ஏற்றும் மக்களை மடை மாற்றம் செய்ய முன் நின்றார்.

நடைமுறை சிக்கல்களையும், போக்குகளையம் மக்களிடம் கொண்டு செல்லும் வகையில் கட்டுரைகள் எழுதியும், நேரடியாய் பிரதிநிதிகள், பொறுப்பாளர்கள், தோழர்கள், சாமான்ய மக்களிடத்தில் விவாதித்தார்; கலந்துரையாடினார்; எழுத்தில் பதிவு செய்தார்.

"மக்களே ஜார் ஆட்சி ஒழிக்கப்பட்டாலும், தற்போதைய அரசு அதன் வழியே செயல்படுகிறது. பழைய ருஷ்யாவே மீண்டும் ஒளிரவே செய் கிறது. நாம் இதனை எதிர்த்துப் போராட வேண்டும்; ஒன்றுபட வேண்டும்; ஒன்றுபட்ட சோவியத் ரஷ்யா உருவாக வேண்டும்."

- என போர் முனையில் நின்று கொண்டிருந்த ரஷ்ய வீரர்களுக்கும் மக்களுக்கும் அறைகூவல் விடுத்தார்.

"வீரர்களே தொடரும் யுத்தத்தில் நீங்கள் பங்களிக்க வேண்டாம். இது நமது விடுதலைக்கான போர் அல்ல, ஜார் தன்னைக் காப்பாற்றிக் கொள்ள வும், தனக்குச் சாதகமானவர்களை உபயோகித்துக் கொள்ளவும் நில ஆக்கிரமிப்பும் நடக்கும் போரே எனலாம். இவ்வரசைத் தூக்கி எறிய, இந்த அரசு அளிக்கும் உத்தரவுகளை உதாசீனப்படுத்துங்கள். விரைவில் நமது போல்ஷ்வீக் கட்சியின் ஆட்சியைப் பிடிப்போம்" என சூளுரைத்தார்.

ஏப்ரல் 1917 முதல் வாரத்தில் லெனின் பீட்டர்ஸ்பர்க்கின் லெனின் கிராடில் காலடி பதித்தார். மக்களிடத்தில் நம்பிக்கை பிறந்தாலும், போல்ஷ்வீக் கட்சியின் அடுத்தக்கட்ட நடவடிக்கை என்ன? அரசைக் கவிழ்ப்பதற்கான திட்டம் என்ன? அரசைக் கைப்பற்றியதும் கட்சியின் திட்டம், செயல்பாடு என்ன? என்ற வினாக்கள் மக்கள் சிந்தையில் முகிழ்ந்தது.

லெனின் மக்களின் சக்தியை நிரூபிக்கும் வண்ணம் மக்களை ஒன்று திரட்டினார். அவர்களின் வினாக்களுக்கு விடை தரும் வண்ணம் தம்முடைய செயல்திட்டங்களை அவர்கள் முன் வைத்தார்.

அவைகள் :

1. நிலங்கள் அரசுடைமை ஆக்கப்படும்.

2. பிரபுக்கள் தங்கள் கைவசமுள்ள விவசாய நிலங்கள், தோட்டங்கள் பறிமுதல் செய்யப்படும்.

3. கூட்டுறவு விவசாய பண்ணை உருவாக்கப்படும்.

4. அனைத்து வங்கிகளும் தனியாரிடமிருந்து எடுத்து மக்கள் வங்கியாக செயல்படும்.

5. ருஷ்ய தேசத்துக்கென்று தேசிய வங்கி உருவாக்கப்படும்.

6. உற்பத்திப் பொருள்கள், தொழிற்சாலைகள் இனி மக்களிடம் ஒப்படைக்கப்படும். அதாவது தொழிலாளர்களே நிர்வகிப்பர்.

7. பண்ணையடிமை முற்றாக ஒழிக்கப்பட்டு, தனியுடைமை அடிமைகள் அனைவரும் விடுவிக்கப்படுவர்.

இவையே எனது போல்ஷ்வீக் கட்சியின் செயல்பாடு. இதனான முழு முதலாக செயல்பட எனது கட்சியும் தோழர்களும் முன்கையெடுப்பர்" என்ற முழக்கம் மக்கள் நெஞ்சில் நீங்க உறுதியைத் தந்தது.

ஜூன் 18-ல் மக்கள் லெனின் புதிய செயலுக்கும் சிந்தனைக்கு ஆதரவு தரும் வகையில் லட்சக்கணக்கானோர் திரண்டனர். பெட்ரோடு கிராட் மக்கள் வெள்ளமானது. நகரமே அதிரும் கோஷங்கள்; புரட்சி ஓங்குக! எல்லாருக்கும் எல்லாரும் பொதுவுடைமை வெல்க! என முழங்கினர்.

தற்காலிக அரசு மிரண்டது. இத்தனைச் செல்வாக்கா? போல்ஷ்வீக் களுக்கு என மிரண்டனர்.

மக்கள் கூட்டத்தின்மீது போர் தொடுத்தனர். ஏன் இதனை போர் என் கின்றேன் என்றால் போரில் பயன்படுத்தத்தக்க ஆயுதங்களை மக்கள் மீது ஏவினர்.

மீண்டும் லெனின் தப்பிச் செல்ல வேண்டிய நிலை. அவரை பாது காப்பாக தோழர்கள் அரவணைத்துத் தப்பச் செய்தனர். ஏனெனில் அவர் மீண்டும் நமக்குத் தேவை என்பதாலேயே!

மீண்டும் ஸ்டாலின் களம் கண்டார். லெனினுடன் தொடர்ந்து பேசினார்; தொடர்பு கொண்டார். அடுத்தக்கட்ட நடவடிக்கை குறித்து விவாதித்தார். விவாதத்தில் தெளிவு பிறந்தது. செயல் திட்டம் உருவானது.

ஸ்டாலின் உறுதியாக நம்பினார். அடுத்தக்கட்ட போல்ஷ்வீக்கின் முன் கையெடுப்பு அரசுக்கு எதிரான யுத்தமே.

அக்டோபர் 7-ல் லெனின் ஃபின்லாந்திலிருந்து திரும்பினார். தோழர்களின் ரகசியக் கூட்டம் நடைபெற்றது. அரசுக்கு எதிரான பிடித்தத்திற்கு திட்டம் கூர்முனைப்பட்டது.

இன்னும் பொறுக்க முடியாது. சில நாட்களிலேயே ஆயுதப் போராட்டத்துக்குத் தயாராக வேண்டும். அரண்மனையை, ஆட்சியை ஆயுதத்தின் மூலமே கைப்பற்ற வேண்டும். அமைதி, சாத்வீக மக்கள் திரட்சி கையாலாகத்தனம். ஆயுதமே நமது பலம் என்று முடிவு எடுக்கப்பட்டது.

லெனின் உறுதியாக தோழர்களின் ஆலோசனைகளை, வழிகளை முன் வைத்தார். டிராஸ்கி இடையூறாக, "இன்னும் சில நாட்கள் பொறுத்திருக்கலாம்" என்றார்.

ஸ்டாலின் இடைமறித்து, "இனியும் காலம் தாழ்வது தவறு" என்று பதிலுரைத்தார்.

டிராஸ்கி மீண்டும், மீண்டும் தள்ளிப் போடுவதே குறியாக இருந்தனர். டிராஸ்கியின் இந்தப் போக்கு எதிராளியை உஷாராக்கி விடுவதற்கே என லெனினும், ஸ்டாலினும் உணர்ந்து கொண்டனர். இனி பொறுத்திருந்து பயனில்லை. நாம் திட்டங்களை வகுத்துப் போர் தொடுத்தலே உசிதம் என்பதில் தீர்மானமாக இருந்தனர்.

செயற்குழுவில் இருந்த காமனோ, ஜினோவியோ இருபெரும் சந்தேகக் குரலில்,

"ஆட்சி அதிகாரத்தைக் கைப்பற்றும் அளவில் நாம் வளர்ந்திருக்கிறோமா? அந்தப் போராட்ட யுத்தக் களத்துக்கு தயாராகி விட்டோமா?" என வினாவினார்.

ஸ்டாலின் கோபத்துடன், "நம் எதிரிகளின் சந்தேகங்களை நம் முன் வைக்காதீர்?" என்று பதிலுரைத்தார்.

கூடியிருந்த தோழர்களிடத்தில், "நாம் இம்முறை திட்டமிட்டு செயலாற்றி வெற்றி பெறுவோம். நம்முடைய ஒற்றுமையே, மக்கள் நம் மீது கொண்டுள்ள நம்பிக்கையே செயலாற்றி வெற்றி பெறுவோம். இன்னும்

கால தாமதிப்பது எதிரிகளின் பலத்துக்கு இடம் கொடுத்ததாகி விடும்" என எச்சரித்தார். மேலும், லெனின் முக்கிய யோசனைகளை முன் வைத்தார்.

1. நாம் தாக்குதலைத் தொடர்ந்த பின் எக்காலத்தும் பின் வாங்கக் கூடாது.

2. எதிரிகள் எச்சரிக்கைக்கு வழிவிடக் கூடாது. அவர்களை தப்புவ தற்கும் இடம் தரக்கூடாது. திட்டவட்டமான முறையில் தாக்குதல் தொடுக்க வேண்டும்.

3. திட்டமிட்டபடி ஒவ்வொரு நகரமாக மக்களின் ஆயுதப் பலத்துடன் கைப்பற்ற வேண்டும். ஒவ்வொரு மக்கள் குழுவுக்கும் இலக்கினைத் துல்லியமாக வரையறுத்து போர் தொடுக்க வேண்டும்" என ஒவ்வொரு நகரத்துக்கும் நம்பிக்கையான, உறுதியான தோழர்களை முன்னிறுத்தி அவரவர்க்குரிய பொறுப்புகளை ஸ்டாலினுடன் இணைந்து பொறுப் பினைப் பகிர்ந்தார்.

தொடர்ந்து தோழர்களிடத்து கடிதப் போக்குவரத்து மேற்கொண்டார். மக்களின் கையில் ஆயுதம் வழங்கவும் பயிற்சி அளிக்கவும் தோழர்களுக்கு கட்டளையிட்டார்.

கடிதத்தில், "அரசைக் கைப்பற்றும் காலம் நெருங்கிவிட்டது. இதற்கு மேல் பொறுத்திருக்க முடியாது. அப்படிப் பொறுப்பது தற்கொலைக்கு இணையாகி விடும். தற்காலிக அரசைத் தூக்கி எறிய வேண்டும். ஆட்சியை நம் கைக்குள் கொண்டு வர வேண்டும். இக்காலத்தே இதனை நிறை வேற்றாவிட்டால் வரலாறு நம்மை மன்னிக்காது. இது நமக்கு கொடுக்கப் பட்ட இறுதி வாய்ப்பு. 'செய் அல்லது செத்துமடி' என்று சொல்ல மாட்டேன். செய்வோம் வெற்றி பெறுவோம்" என மக்கள் முன் பிரகடனப்படுத்தினார்.

மக்கள், தோழர்கள் திட்டமிட்டபடி தொழிலாளர்களுடன் இணைந்து செயல்பட்டனர். நகரின் ஒவ்வொரு சாலையிலும் அரசின் தடையரண்கள் தகர்க்கப்பட்டு தங்கள் வசம் கொண்டு வந்தனர். அரசு அலுவலகங்கள் கைப்பற்றப்பட்டன.

மிகத்துல்லியமாக திட்டங்கள் தீட்டப்பட்டு எதிரிகள் விரண்டோடும் வண்ணம் செயல்பட்டனர்.

தற்காலிக அரசும், அவர்களுக்கு துணை நின்ற ராணுவத்தினரும் தப்பித்தால் போதும் என குளிர்கால அரண்மனையில் தஞ்சமடைந்தனர்.

புரட்சிப்படைகள் முன்னேறி, முன்னேறி நகரங்களை, அலுவலகங்களைக் கைப்பற்றி, அரண்மனையைச் சூழ்ந்தனர்; உள்ளே புகுந்தனர்; தற்காலிக அரசின் கைப்பாவைகள் கைது செய்யப்பட்டனர்.

இவையனைத்தும் சில மணி நேரங்களில் நிகழ்ந்தது. அரண்மனையும் அரசின் அதிகார அலுவலகங்களையும் கைப்பற்றினர். சிவப்பு பதாகை ஏந்தியும் அரண்மனையின் போல்ஷ்வீக் அதிகாரக் கொடியும் பறக்க விட்டனர்.

இது எல்லாம் நிகழ்ந்த அக்டோபர் 1917. சோவியத் ரஷ்ய சிவப்பு ஆடையை அணிந்து வெற்றி களிப்பெய்தினர்.

அதே காலத்தில் பாரதி பாடினான் :

மாகாளி பராசக்தி உருகிய நாட்
    டினில் கடைக்கண் வைத்தாள் ஆங்கே
ஆகாவென்ற எழுந்தது பார் யூகப்புரட்சி
    கொடுங்கோலன் அலறி வீழ்ந்தான்
வாகான தோள்புடைத்தார் வான் அமரர்
    பேய்களெல்லாம் வருந்திக் கண்ணீர்
போகாமல் கண்புகைந்து மரந் தனராம்
    வையகத்தீர் புதுமை காணீர்.

இரணியன் போல் அரசாண்டான் கொடுங்கோலன்
    ஜாரெனும் பேரிசைந்த பாவி
சரணின்றித் தவித்திட்டார்; நல்லோரும்
    சான்றோரும் தருமந் தன்னைத்
திரணமெனக் கருதிவிட்டான் ஜார்மூடன்
    பொய், சூது, தீமையெல்லாம்
ஆரணயித்திற் பாம்புகள் மலிந்துவளர்ந்
    தோங்கினவே அந்த நாட்டில்

....
இம்மென்றால் சிறைவாசம் ஏனென்றால்
வனவாசம் இவ்வாறு ஆங்கே
செம்மையெல்லாம் பாழாக்கிக் கொடுமையே
அறமாகித் தீர்ந்த போதில்
....
இமயமலை வீழ்ந்ததுபோல் வீழ்ந்துவிட்டான்
ஜார்அரசன் இவனை சூழ்ந்து
சமயமுள படிக்கெல்லாம் பொய்க் கூறி
அறங்கொன்ற சதிகள் செய்த
சமடர் சடசட என்று சரிந்துவிட்டார்
புயற்காற்றைச் சூரை தன்னில்
திடுதிடுவென்று மரம் விழுந்து காடெல்லாம்
விறகான செய்தி போலே.

குடிமக்கள் சொன்னபடி குடிவாழ்வு
மேன்மையுற குடிமை நீதி
கடியொன்றி எழுந்ததுபார்; குடியரசு என
உலகறியக் கூறிவிட்டார்
அடிமைக்குத் தளையில்லை யாரும் இப்போது
அடிமையில்லை அறிக என்றார்
இடிபட்ட சுவர்போலே கலி விழுந்தான்
கிருத எழுக மாதோ!

- என ரஷ்யப் புரட்சியை, எழுச்சியை நம்முன் நிறுத்திக் கொண்டாடினார்.

இந்தியாவில் வேறு யாரும் இப்படி அப்புரட்சியை படம்பிடித்துக் காட்டியவர் உண்டோ?

இனி புதிய ருஷ்யாவின் பண்ணையடிமை முறை இல்லை. விவசாயிகள் துன்புறுத்தல் இல்லை. ரத்தம் சிந்துதல் இல்லை. புதிய கட்டுமானம் கட்டப் பட வேண்டும். ஒரு சோசலிச அரசாங்கம் எப்படி இயங்குகிறது என்பதை உலகுக்கு அடையாளம் காட்டப்பட வேண்டும்.

மொத்தத்தில் புதிய ருஷ்யாவில் அமைதியும் தேசத்தை அதன் வளர்ச்சியில் முன்னெடுத்துச் செல்ல வேண்டும். அதற்கான செயல்கள்

உடனே உடனே செயல்பட முனைந்தவர் லெனினும் ஸ்டாலினும்.

இதன் விளைவாக சோவியத் அரசாங்கம் உலகத்துக்கு ஒரு பிர கடனத்தை முன் வைத்தது. 'யுத்தத்தில் ஈடுபட்டுள்ள நாடுகள் உடனடியாக யுத்தத்தை நிறுத்தி கோரிக்கையை முன்வைத்தது.'

முதலில் இந்நிகழ்வு அக்டோபர் படைப்புரட்சி அல்லது மூன்றாம் எழுச்சி என்றே வழங்கப்பட்டது. நாளடைவில் 'அக்டோபர் புரட்சி' என்ற சொல் பயன்பாட்டில் வந்தது.

நிலம், ரொட்டி, சமாதானம் என புரட்சியின் லெனின் கொடுத்த முழக்கம் வெறும் வாய்ப்பந்தல் அல்ல என்பதை நடைமுறை மூலம் சோவியத் நிரூபித்தது.

அனைவருக்கும் வாக்குரிமை, பெண்களுக்கு வாக்குரிமை, தொழி லாளர் நலச் சட்டங்கள், குழந்தை உரிமை உள்ளிட்ட உலகம் அனுபவிக் கும் கொடையாகத் தந்தது சோவியத் புரட்சி.

சோவியத்தின் புதிய சரித்திரம் தொடங்கியது.

போல்ஷ்வீக் கட்சி புதிய அரசாங்க முடிந்ததற்கு முக்கியக் காரணம் லெனின் மற்றும் ஸ்டாலின் மீது மக்களுக்கு உள்ள நம்பிக்கைதான்.

மக்களுக்கு அடிப்படை தேவை என்ன? உண்ண உணவு, இருக்க இடம், பிழைக்க வேலை, உடுத்த உடை, மருத்துவர் கட்டமைப்பு இதனை எதிர் பார்த்தே மக்கள் புரட்சி அரசாங்கத்தை ஏற்படுத்தினார்கள். போல்ஷ்வீக் கட்சியும் இதனை செயலாக்கவே புதிய அரசை ஏற்படுத்தின.

ஆட்சி மாற்றத்திற்கு அதிக நேரம் பிடிக்கவில்லை. ஆயினும், ஏற்கெனவே சிதைந்து போயிருந்த கட்டமைப்பில் இருந்து மக்களை மீட்டெடுக்கவும், புதிய வளர்ச்சிக்கான திட்டங்கள் உருவாக்குவதில் பெரும் போராட்டத்தை சந்திக்க வேண்டியிருந்தது.

பாரதி மொழிந்ததுபோல், "மத்தளத்துக்கோ இரண்டு பக்கம் இடி ஸ்ரீமான் லெனினுக்கோ திரும்புகிற பக்கமெல்லாம் இடி" என ஒவ்வொரு நாளும் பொழுதும் போராட வேண்டியிருந்தது.

போராட்டம் வெற்றி பெற்றாலும் குழுக்கள் ஒவ்வொன்றும் ஒவ்வொரு திசை வழியைக் காட்டின.

டிராஸ்கி தலைமையில் ஒரு குழு, நிக்கோலஸ் புகாரின் தலைமையில் ஒரு இடது கம்யூனிஸ்ட் குழு என லெனின் தலைமைக்கு இக்கட்டான நிலைக்கு ஆட்படுத்தினார்.

ஸ்டாலினுக்கு டிராஸ்கி விஷயத்தில் ஆரம்பத்திலிருந்தே சுத்தமாக நம்பிக்கை இல்லை. டிராஸ்கி, எதிர் குழுக்களை போரிட்டு வெல்ல வேண்டும் என முனைந்தார். லெனினோ, ஸ்டாலினோ, "அமைதிதான் முக்கியம். அமைதியின் மூலமே மக்களை செயலாற்ற முனைய வேண்டும்" என நினைத்தனர்.

இவர்களை விட்டால் வேறு வழி?

இத்தனைப் போராட்டங்கள், நெருக்கடிகள் மத்தியில் ஜெர்மனி சிறிது சிறிதாக ரஷ்யாவின் பிரதேசங்களைப் பிடிக்க முன் முயற்சி எடுத்து நார்வா (Narva), பிஸ்கோ (Pisko) இரு பக்கங்களையும் சுற்றி வளைத்தன. அடுத்து பெட்ரோகிராட்தான்.

போல்ஷ்வீக் அரசு விழித்துக் கொண்டது. உலகத்துக்கு சமாதானப் புறா பறக்கவிட்டாலும் அதனைச் சுட்டு வீழ்த்த முனைகிற ஜெர்மனியை சும்மா விடலாமா? பதிலடி தர வேண்டாமா?

இத்தகைய பொறுப்பை ஸ்டாலினிடம் ஒப்படைத்தார் லெனின்.

ஸ்டாலின் மும்முரமாக செயலில் இறங்கினர். முதலில் மக்களிடம் இருக்கும் நிலவரத்தை முன் வைத்தார். "ரஷ்யாவுக்கு ஆபத்து, சோவியத் யூனியனை பாதுகாப்போம். ஒன்றிணைவோம்" என சூளுரைத்தார்.

அடுத்து ராணுவத்தினரை ஒன்றிணைத்தார். பகைவர்களை அண்ட விடாமல் தடுக்க வேண்டும். தயாராக உத்தரவிட்டார்.

சற்றே அமைதிக்குத் திரும்பிய மக்கள் விழித்துக் கொண்டனர். மக்களின் செம்படையும் (Red Army) பதிலடி கொடுக்கத் தயாராயினர்.

விரைவிலேயே ஜெர்மானிய படைகள் விரட்டியடிக்கப்பட்டது. ஆயினும், லாட்வியா, எஸ்தோனியா, போலந்து பகுதிகளைத் தன்வச மாக்கிக் கொண்டது ஜெர்மனி.

சோவியத் அரசுக்கு மேலும் நெருக்கடி கொடுக்கும் வகையில் உக்ரைன், 'என்னை விட்டு விடுங்கள்; நான் தனியாக இயங்குகிறேன்' என்றது. அதன்

பலனை, பின்னால் இணைந்து பிரிந்து இன்றுவரை அதன் பலனை அனுபவிக்கிறது.

பெட்ரோகிராட் மீண்டும் தாக்கப்படலாம் என அஞ்சிய சோவியத் ரஷ்யா தனது தலைநகரத்தை மாஸ்கோவுக்கு மாற்றியது.

கட்சியின் பெயரும் மாற்றியமைக்கப்பட்டது. ரஷ்ய கம்யூனிஸ்ட் கட்சி போல்ஷ்வீக் என்பது ருஷ்யன் கம்யூனிஸ்ட் கட்சி என மாற்றம் கண்டது. கட்சியைப் பலப்படுத்தும் பணி தொடங்கப்பட்டது.

கட்சியின் பொதுச் செயலாளராக ஸ்டாலின் நியமிக்கப்பட்டார்.

1918-களின் ரஷ்யா போரிடும் நாடுகளின் ஓர் உடன்படிக்கை செய்து கொண்டது. இதன் மூலம் ரஷ்யா உலக நாடுகளுக்கு சொன்னது இதுதான்.

"இனி போர் வேண்டாம். தேசங்களை வளர்த்தெடுப்போம். மக்கள் போரினால் சோர்ந்து விட்டார்கள். அவர்கள் அத்தியாவசியத் தேவைகளை முன்னெடுப்போம். உலகில் தொழிற்புரட்சிக்கு வித்திடுவோம். மக்களை நிம்மதியாக வாழ விடுவோம்" - என்பதுவே அது.

ஆயினும் பின்னால் இட்லரின் பாசிசப் போக்கு இரண்டாம் உலக யுத்தத்துக்கு வித்திட்டது.

★

7

வளர்ச்சியும் – எதிர்வினைகளும்

லெனின் எடுத்தத் தேசத்துக்கான விடியலில் ஸ்டாலின் பங்கு குறிப்பிடத்தக்கது. ஒவ்வொரு செயல் திட்டத்துக்கு ஸ்டாலின் முன்நின்று செயலாற்றினார்.

ஒவ்வொரு செயல்திட்டத்துக்கும் அப் போதைக்கப்போது ஆலோசித்து ஆய்வு செய்து முடிவு காணப்பட்டது.

ஸ்டாலின் இத்தகையச் செயலாற்றல் சோவிய அரசின், மக்களின் நம்பிக்கைக்குரிய சக்தியாக உருவெடுத்தார். இக்காலங்களில் லெனினும் ஸ்டாலினும் ஒருநாள்கூட தனித் தியங்காமல் சோர்ந்தே பயணித்தனர்.

லெனின் முன் மொழியும் திட்டங்களை வழி மொழிந்து செயலாற்றுவதில் ஸ்டாலின் பங்கு அபரிமிதமானது. எதிர்கொள்ளம் எதிர்வினை களை தம் செயல் மூலம் வெற்றி கண்டார்.

முக்கிய முடிவுகள் அனைத்தும் ஸ்டாலின் தலைமையில் ஆலோசிக்கப் பட்டு நிறைவேற்றப்பட்டன.

முக்கியமான முடிவுகளை லெனினிடம் கொண்டு செல்லும் தோழர் களிடம், அதுகுறித்து பரிசீலிக்க 'ஸ்டாலின் இருக்கிறாரா?' என்று விசாரித்து அவர் எங்கேயாவது பயணப்பட்டிடருந்தால் அவர் வரட்டும் என தள்ளிப் போடுவார்.

லெனின் தன்போக்கில் முடிவுகள் எடுப்பதில்லை, தோழர்களிடத்தும் ஸ்டாலினிடமும் கலந்தாலோசித்தே முடிவுகளை அறிவிப்பவர். அதனால் ஸ்டாலின் இல்லாமல் லெனின் இல்லை. லெனின் இல்லாமல் ஸ்டாலின் இல்லை என்ற நிலையிலேயே சோவியத் அரசாங்கம் செயல்பட்டது.

ஸ்டாலினின் செல்வாக்கு அதிகரித்த வண்ணம் இருந்தது. ஒரு கட்சித் தலவராக மட்டுமல்லாமல் ஒரு தேசத்தை காக்கும் ராணுவத் தலைவ ராகவும் மாறிச் செயலாற்றினார். பிற தேசங்கள் எதிர் தொடுக்கும் போர் களையும் உள்நாட்டுக் கலவரங்களையும் அடக்கு இரு திறத்தோடு போராட வேண்டிய கட்டாயம் நிகழ்ந்து அதனை செவ்வனே செய்து முடித்தார்.

இக்காலத்தில் இவருக்கு 'ஆர்டர் ஆஃப் தி ரெட் பேனர்' (Order of the Red Banner) என்ற விருது வழங்கி சோவியத் மக்கள் கொண்டாடினர்.

ஆயினும், ஸ்டாலின் வளர்ச்சியை, செயலைப் பொறுக்காமல் டிராஸ்கி, புகாரின் போன்றவர்கள் கட்சிக் கட்டிக் கொண்டு எதிர்த்து குரல் கொடுத் தும், விமர்சன மழை பொழிந்தும் வந்தார்கள்.

யுத்த எதிர்ப்பை, அவரது பின்வாங்கல் என்ற விமர்சித்தனர். ஆனால், மக்களின் நல்வாழ்வு குறித்து யோசிக்காமல் 'வாய் புளித்ததோ மாங்காய் புளித்ததோ' என்ற வகையில் செயலாற்றினர்.

மேலும், ஸ்டாலின் மீது லெனின் அன்பு செலுத்துவது. பிறருக்குப் பொறுக்கவில்லை.

இதனிடையில் ஸ்டாலின் பெரும் உழைப்பால், சுற்றுப்பயணத்தால் வயிற்று வலியில் அவதிப்பட்டார்.

லெனின் அவரை ஓய்வெடுக்கச் சொல்லி உடனிருந்து கவனித்து அவர் பூரண குணம் அடையும்வரை பிரத்யேகக் கவனம் செலுத்திக் காத்தார்.

இதுவே கடும் விமர்சனத்துக்கும் உள்ளாக்கியது.

இதனிடையே சோவியத் புரட்சியால் கைது செய்யப்பட்ட ஜார் மன்னர்களையம் பிரபுக்களையும் விடுதலை செய்தார். உள்நாட்டு பிரச்சினைகள் அதிகரித்துக் கொண்டே வந்தது. விடுதலை செய்யப்பட்ட மன்னர்களை, பிரபுக்களை விசாரணை என்ற பெயரில் லெனினுக்குத் தெரியாமலேயே அழைத்துச் சென்று அவர்களுக்கு மரண தண்டனை வழங்கினர் செம்படையினர். இது பின்னரே லெனின் கவனத்துக்குச் சென்றது.

இதனூடே லெனின் சோவியத்தில் இரண்டு முக்கிய மாற்றங்களைக் கொண்டு வந்தார்.

முதலில், செக்கா என்ற காவல் படையை உருவாக்கி அது உளவு அமைப்பாக செயல்படச் செய்தார். அவர்கள் போல்ஷ்வீக் அரசாங்கத்தின் எதிரிகளைக் கண்டெடுத்து அவர்களிடமிருந்து மக்களை மீட்டெடுத்தனர்.

இரண்டாவது, அதள பாதாளத்தில் இருந்த பொருளாதாரத்தைக் களைந்தெடுக்கும் வகையில், தூக்கி நிறுத்தும் வகையில் புதிய பொருளாதாரக் கொள்கையை (New Economic Polisy) அறிமுகப்படுத்தி நாட்டின் அனைத்து மட்டத்திலும் உற்பத்தியைப் பெருக்குவது, வேலை வாய்ப்புகளை உருவாக்குவது, கடினமாக உழைத்து பொருளாதாரத்தை - மக்கள் வளத்தைப் பெருக்குவது என்ற தாரக மந்திரத்துடன் முன்வைத்தார்.

ரயில்வே, சுரங்கம், கனரக தொழிற்சாலைகள் அரசின் நேரடி கட்டுப்பாட்டில் கொண்டு வரப்பட்டது. சிறுகுறு தொழில் தொழிலாளர்களால் நேரடி கண்காணிப்பில் செயல்பட்டது. விவசாயம் கூட்டுறவு பண்ணையாக மாற்றப்பட்டது. 'எல்லாரும் எல்லாமும் பெற வேண்டும்; இங்கு இல்லாமை இல்லாது ஒழிய வேண்டும்' என்ற சீரிய திட்டம் நடைமுறைப்படுத்தப்பட்டது.

இதன் விளைவையும் லெனின் எதிர்கொள்ள வேண்டிய நிலையும் வந்தது.

★

8

லெனின் மறைவு – பின் விளைவு

1918 ஆகஸ்டு மாதம், சோவியத்தின் மறுமலர்ச்சிக்கு ஸ்டாலினும் கடுமையாகப் போராடிய விளாதிமிர் இலியச் லெனின் ஒரு பொதுக்கூட்டத்தில் பேசிவிட்டுத் திரும்பும் போது, ஃபன்யா கப்லலான் என்ற பெண் குறுக்கே இடைமறித்து துப்பாக்கியால் சுட்டார். அடுத்தடுத்து மூன்று குண்டுகள். அவற்றில் இரண்டு அவரது தோள்பட்டையில் பாய்ந்தது.

சுருண்டு விழுந்த அவரைக் காப்பாற்றும் முயற்சியில் ஈடுபட்டனர். பெரிய பாதிப்பு இல்லையாயினும் தோளில் பாய்ந்த குண்டு களை அகற்ற முடியவில்லை. அறுவை சிகிச்சை செய்தும் பலனில்லை. குண்டுகள் வெளியே எடுக்க முடியவில்லை. தொடர்ந்து 1922 மே மாதம் பக்கவாதத்தால் பாதிக்கப்பட்டார். பேசும் திறனையும் இழந்தார்.

ஆயினும், கட்சிப் பணியில், ஆட்சிப் பணியில் தொய்வின்றி உழைத்தார். மக்கள் கலவரப்பட வேண்டாம் என நம்பிக்கையும் தந்தார். அவரைக் கவனமாகக் கையாண்டு பாதுகாத்தார் ஸ்டாலின். நாட்டின் நிலவரங்களை அப்போதைக்கப்போது அவரது கவனத்துக்கு எடுத்துச் சென்று கலந்தாலோசித்து முடிவினை மேற்கொண்டார்.

எனினும், லெனின் குணமடையவில்லை. தனது 53-ஆம் வயதில், ஜனவரி 21, 1924-ல் காலை 6.30 அளவில் காலமானார். சோவியத்தே இருளில், சோகத்தில் மூழ்கியது. இறுதிச் சடங்கில் ரஷ்ய மக்கள் முழுதும் திரண்டனர். அவருடைய உடல் தைலமூட்டி மாஸ்கோவிலுள்ள செஞ் சதுக்கத்தில் ஒரு அழகான கல்லறையில் வைக்கப்பட்டது. இவ்விடத்திற்கு 'லெனின் மாஸேவியம்' என்று பெயர்.

கிறித்துவ மத வழக்கப்படி உடலானது புதைக்கப்பட வேண்டும் என்று கிறிஸ்துவ பிஷப்கள் வலியுறுத்தினர்.

1989-ல் ரஷ்ய நாடாளுமன்ற உறுப்பினர் ஒருவர் லெனினை அவருடைய தாயாரின் சமாதிக்கருகில் அடக்கம் செய்ய வேண்டுமெனக் கூறியதை அடுத்து பலத்த எதிர்ப்பு தெரிவிக்கப்பட்டது.

ஸ்டாலின் லெனினுக்கு அஞ்சலி செலுத்தும் வகையில் உரையாற்றும் போது,

"தோழர் லெனின், உங்கள் எண்ணங்களை, சிந்தனைகளை கட்டளை களை நிறைவேற்றுவோம். பாட்டாளி வர்க்க தொழிலாளர்களை விவசாயி களைக் கூட்டணியுடன் தேசத்தை வலுப்படுத்துவோம். எங்குமுள்ள உழைக்கும் மக்களை ஒன்றிணைக்க செயல்படுவோம். இது உங்கள் மீது உறுதி அளிக்கிறோம்" என்று உருக்கமாக வெளியிட்டார்.

அடுத்து என்ன? லெனினுக்குப் பிறகு யார்?

மேற்கு நாடுகளில் சோவியத்துக்கு எதிரான மேற்குலக நாடுகளின் முயற்சிகள் முறியடிக்கப்பட்டது. இசுராலின் அதிகாரத்தைக் கைப்பற்று கிறார். ஸடாலின் பின்னுக்குத் தள்ளப்படுகிறார். சோவியத் ஒன்றியத்தில் மட்டும் பொதுவுடைமை என்ற கருத்தை முன்வைக்கிறார்.

அடுத்து தலைமை குறித்து சிக்கல்...

போல்ஷ்வீக் கட்சி தலைமைப் பொறுப்பை மூவரிடம் முன்வைக்கிறது. அவர்கள் ஸ்டாலின், காமனேவ் (Kamanev), ஜிரோவியேவ் இவர்களை எதிர்த்து களம் இறங்கினர் டிராஸ்கி, புகாரின்.

மேலும், டிராஸ்கி ஸ்டாலின் மீது குற்றச்சாட்டு, 'லெனின் இறப்பு குறித்து சரியான தகவலை என்னிடம் சொல்லவில்லை. லெனின் இறுதிச் சடங்கு எப்போது என்ற தகவலும் இல்லை' என்று.

ஆனால், உலகமே லெனின் இறப்பு குறித்து அறிந்திருக்கும்போது இவருக்கு மட்டும் தெரியாதது எப்படி என்ற வினாவில் பொலிட்பூரோவில் விவாதிக்கப்பட்டது.

இதற்குக் காரணம், ஸ்டாலின் தன்னை முன்னிறுத்தப் பார்க்கிறார்; 'லெனின் நெருங்கிய சகாவான இவர் லெனின் இறுதிச்சடங்கில் பேசிய பேச்சே அவருக்கு ஆதரவான நிலைப்பாடு' என குற்றம் சாட்டுகிறார்.

இன்னும் ஒரு படி மேலே போய், 'லெனின் இறப்பதற்கு முன் ஒரு உயில் எழுதியுள்ளார்' என்று இது சோவியத் மக்களிடையே குழப்பத்தை ஏற்படுத்தியது. லெனின் உண்மையிலேயே உயில் எழுதினாரா? இது வதந்தியா? அவர் உயில் எழுதியிருந்தால் இதுகுறித்து யாரும் பேச முன் வராதது ஏன்?

இதனை ஆய்வு செய்தபோது, டிராஸ்கி, ஸ்டாலின் போன்ற லெனின் எதிர்மறை கருத்துக்கும், விமர்சனங்களும் பதிவாகியிருந்தது.

அதில், கடித எண். 3, ஜனவரி 4, 1923.

"ஸ்டாலின் மிகுந்த சிடுசிடுப்புடையவர். நம்மிடையே இந்தக் குறை பாடு சகித்துக் கொள்ளப்படலாம். ஆனால், பொதுச் செயலாளர் என்ற முறையில் இது சகிக்க முடியாது. எனவே, அந்தப் பதவியிலிருந்து ஸ்டாலினை நீக்கிவிட்டு வேறு ஒருவரை அந்த இடத்தில் நியமிக்க வழிவகை காண வேண்டும்."

மேலும், "அந்த நபர் ஸ்டாலினிலிருந்து வேறுபட்டவராக இருக்க வேண்டும். அவர் கூடுதல் சகிப்புத் தன்மையும், விசுவாசமும், பக்குவமும் தோழர்களிடையே விட்டுக் கொடுக்கும் தன்மையும், மனம் போன போக்கில் செயல்படாத குணமும் கொண்டவராக இருக்க வேண்டும்."

இத்தகு சூழல் முக்கியத்துவம் இல்லாத ஒன்றாகத் தெரியலாம். ஆனால், பிளவுக்கு எதிரான பாதுகாப்பு என்ற கோணத்திலும், ஏற்கனவே நான் எழுதியிருப்பதைப் போல் ஸ்டாலின், டிராஸ்கி இடையிலான உறவுகள் என்ற கோணத்தில் பார்க்கும்போது, இது வெறும் விவரம் மட்டுமல்ல, தீர்க்கமான, முக்கியத்துவம் கூடிய விவகாரம்" என்றும்,

அது தவிர லெனின், ஸ்டாலினுக்குத் தனிப்பட கடிதம் ஒன்றையும் எழுதியிருந்தார். அதில்,

மதிப்புக்குரிய ஸ்டாலின்,

தொலைபேசியில் எனது மனைவியிடம் நீங்கள் கோபமாகப் பேசி யிருக்கிறீர்கள். அவரைக் கண்டித்தும் இருக்கிறீர்கள். சொன்னதை மறுத்து விட அவர் விருப்பம் கொண்டிருந்தபோதும், ஜினோவியோவும், காமனேவும் இதுபற்றி அவரிடம் கேட்டுள்ளனர். எனக்கு எதிராக பேசப்பட்டதை அவ்வளவு எளிதாக மறந்துவிட நான் விரும்பவில்லை.

என் மனைவிக்கு எதிரான செயல் எனக்கு எதிரானதாகவும் நான் கருது வேன் என்பதை வலியுறுத்த வேண்டிய அவசியமில்லை. எனவே, நீங்கள் சொன்னதைத் தவறென்று ஒப்புக்கொண்டு மன்னிப்புக் கேட்கப் போகிறீர் களா? அல்லது நமக்குள் உறவைத் துண்டித்துக் கொள்ளப் போகிறீர்களா என்பதைக் கவனத்துடன் நீங்கள் முடிவு செய்யுங்கள் என்று கேட்டுக் கொள்கிறேன்."

இப்படிக்கு
லெனின்

★

9. டிராஸ்கி வெளியேற்றம்

இந்நிகழ்வு நடந்தது உண்மைதான். ஸ்டாலின் லெனின் உடல்நிலை கருதியே அங்ஙனம் கோபப்பட்டார். லெனின் ஸ்டாலின் மட்டுமல்லாது டிராஸ்கி பிற தோழர்களின் குணாதிசயங்களை அவர்களில் அரசியல் பார்வையின் பின்புலத்தை ருஷ்ய தேச மக்களின் எதிர்வினைகளை ஆபத்துக்களை எச்சரித்திருந்தன.

இதனை உணர்ந்த ஸ்டாலின் தன் தவறுகளை லெனின் மனைவி குருப்ஸ் காயனிவிடம் எடுத்துச் சொல்லி மன்னிப்புக் கடிதமும் எழுதினார்.

ஆயினும், டிராஸ்கி போன்றோர் இதற்கு எதிர்ப்பு தெரிவித்து, இக்கடிதங்களை பொது வெளியில் வெளியிடக் கூடாது என்றும் எச்சரித்தனர். எனினும், ஸ்டாலின் லெனினிட

மிருந்து இத்தகைய எதிர்ப்புக் கடிதம், டையரி குறிப்புகள் மிகுந்த வேதனையை அவருக்குள் கிளர்ந்தது. இதற்காக தனது வாழ்நாள் முழுதும் வருத்தப்பட்டார்.

ஆயினும், டிராஸ்கியின் இக்கடிதங்களை வெளியிடக்கூடாது என்ற கோரிகையைப் புறக்கணித்தார்.

லெனின் சோவியத் ருஷ்ய மக்களின் விடிவுக்காகப் போராடியவர். அவரது எண்ணங்கள், சிந்தனைகள், மக்களின் வளமான வாழ்க்கைக்கு வழிகாட்டுவன. அதில் விமர்சனங்கள் இருந்தாலும் மக்கள் இதனை உணர்தல் வேண்டும் என்ற நோக்கில் வெளியிடத் துணிந்தார்.

டிராஸ்கியோ லெனினுடன் முரண்பட்டே அரசியல் பயணம் மேற் கொண்டவர். லெனினுடன் எப்போதும் சச்சரவு, விவாதம் என லெனின் கொள்கையோடு முரண்பட்டே நின்றார். இன்னும் சொல்லப் போனால் லெனின் அரசியல் நிலைப்பாட்டை எந்தச் சந்தர்ப்பத்திலும் அழுத்தமாகப் பதிவு செய்தார்.

மேலும், சோவியத் மக்கள் ஸ்டாலினை அறிந்த அளவுக்கு டிராஸ்கியை அறிந்திருக்கவில்லை. அவரை ஒரு அரசியல் தலைவராக ஏற்றுக் கொள்ளா மல் அறிவுஜீவியாக கண்டனர்.

சோவியத் மக்கள் ஸ்டாலினை, அவரது செயல்பாட்டினை நன்கு உணர்ந்திருந்தனர். ஸ்டாலினும் லெனினின் செயல்பாட்டில் மார்க்ஸிய மெய்ஞ்ஞானம் பார்வையில் கண்டுணர்ந்தவர் என மக்களால் பேசப் பட்டார்.

ஒருமுறை பத்திரிகையாளர் கேட்ட கேள்விக்குத் தந்த பதில் மக்களை திசை மாற்றி திக்குமுக்காட வைத்தது.

கேள்வி : லெனினுக்குப் பிறகு கட்சி தலைமைப் பொறுப்பை ஏற்று நடக்கும் தலைமைப் பண்பு யாரிடம் இருக்கிறது என எண்ணுகிறீர்கள்? யார் அவர்?

ஸ்டாலின் பதில் : "லெனின் இருந்த இடத்தில் மக்களை வழிநடத்த இன்றைய காலக்கட்டத்தில் ஒருவரையும் சிபாரிசு செய்ய விரும்பவில்லை. ஏனெனில், அத்தகைய நபர் ஒருவரும் இல்லை என்றே சொல்வேன். ஆயினும், ஒரு குழு அமைந்து, ஒரு கமிட்டியை உருவாக்கி அந்தக்

கமிட்டியே நிர்வாகம் செய்யலாம்" - என்றார்.

மக்களோ ஸ்டாலின் நான்தான் அடுத்த தலைவர் என்ற சொல்லுவார் என்ற எண்ணத்துக்கு மாறாக அவர் இத்தகைய நேர்மையான உறுதியான பதில் மக்களை வியக்க வைத்தது.

டிராஸ்கி அவ்விடத்தில் இருந்தால் இவ்வாறு பதில் அளிக்க முடியுமா? என்ற மக்கள் யோசித்தனர்.

ஸ்டாலின் மக்களின் மனத்தைப் புரிந்து கொண்டார்.

லெனினின், ஸ்டாலினைப் பற்றிய கருத்தோட்டம் உண்மையாகவே இருக்கட்டும். அவரது முன்கோபம், தீர்க்கதரிசமான செயல்பாடு, மக்கள் பால் கொண்ட அன்பு, கட்சியின் செயல்பாடு, மார்க்ஸிய வெளிச்சத்தில் அரசியல் நிலைப்பாடு லெனினுக்குப் பின் ஸடாலினே என மக்கள் நெஞ்சார வரவேற்றனர். அதற்கான வேலைகளை தோழர்களும், புரட்சிக் குழுக்களும் ஆமோதித்தன.

தோழர்கள், செம்படை வீரர்கள், சோவியத் மக்கள் தலைமைப் பொறுப்பை ஸ்டாலினே ஏற்றுக் கொள்ள வேண்டும் என்று முன் நின்றன. ஸ்டாலினும் அதற்கு உடன்பட்டார். தலைமைப் பொறுப்பை ஏற்க முன் வந்தார்.

லெனின் கனவுகள் மெய்ப்பட வேண்டும். அவரது மார்க்சீக வழிமுறை கள் ஒவ்வொன்றும் நிறைவேற்றப்பட வேண்டும். உலகின் முன் மாதிரி தேசமாக, சோசலிச நாடாக, எல்லாரும் எல்லாமும் பெற வேண்டும். அதுமட்டுமல்லாமல் நமது தேசத்தின் வளர்ச்சி உலகிலுள்ள அத்தனை உழைப்பாளி மக்களுக்கு முன் உதாரணமாக விளங்க வேண்டும் என உறுதி கொண்டார்.

இதனை எதிர்த்து நிற்போர் யாராயினும், யார் தடுத்தாலும் தாம் கலங்கப் போவதில்லை. மோதிப் பார்த்து விடுவோம்; நான் தயார் என்ற நிலைக்கு வந்தார். அதற்குக் காரியங்களில் காய் நகர்த்தி விளையாடத் தொடங்கினார்.

1926-ல் டிராஸ்கி காமனேவ், ஜினோவீவ் ஆகியோருடன் சேர்ந்து கொண்டு ஒரு கோஷ்டியை அமைத்தார்.

இவர்களுக்கு எதிராக ஸ்டாலினும், மத்திய கமிட்டியுடன் இணைந்து

புதிய பொருளாதாரக் கொள்கையை மேற்கொண்டு, அதனை வளர்த்து மேம்படுத்தும் நோக்கத்துடன் 1925-ஆம் ஆண்டு நடந்த 14-வது கட்சி மாநாட்டில் நடுத்தர வகுப்பைச் சேர்ந்த விவசாயிகளுடன் இணைந்து அவர்களுக்கு சலுகையை ஏற்கும்படி செய்தார்.

டிராஸ்கியின் பொதுவுடைமைக் கொள்கை முழுக்க முழுக்க மார்க்ஸியம், சமத்துவம் ஆகியன வற்புறுத்தினாலும் முதலாளித்துவச் சித்தாந்தந்துக்கு ஒரு பிடியளவும் இடம் கொடுக்கக் கூடாது என்று எண்ணிச் செயல்பட்டார்.

ஆயினும், 1918-ஆம் ஆண்டிலேயே அவரது சிந்தனைக்கு மாறாக ஜெர்மனியுடன் சமாதான பேச்சுக்கள் நடந்தபோது பிரெஸ்ட் லிட்டோ விங்கியில் நடைபெற்ற பேச்சுவார்த்தையில் அவரது நடவடிக்கை எல்லாம் எதிர்வினைகளை ஆற்றி பால்டிக் நாடுகளை ரஷ்யா இழக்கும்படியாகவே அமைந்தது.

மேலும், டிராஸ்கியின் இளமைப் பருவம் அமெரிக்காவில் கழிந்ததால் ரஷ்யாவைத் தூக்கி நிறுத்த செயல்பட்ட திட்டங்கள் யாவும் கானல் நீராய் தோற்றமளித்தது.

அமெரிக்காவின் ஆயுத உற்பத்திக்கு கொட்டிக் குவித்த பணங்களெல்லாம் தொழிலாளர் உழைப்பு, தொழில் திறமை நிறைவேற்ற முடியாமல் நீண்ட காலம் இதில் தடுமாறின. நிலைமை இவ்வாறிருக்க சோவியத் ருஷ்யாவில் தலைமுறை தியாகம் உண்டாயினும் தம் திட்டங்கள் மூலம் ஏன் பலகீனப்படுத்த வேண்டும் என்று கருதினார்.

அவரது வாதமானது, “பொதுவுடைமைத் தலைமை ஸ்தாபனமான கம்யூனிஸ்ட் இண்டர்நேஷனல் உலகம் முழுதும் புரட்சி காரியங்களுக்கு விதிமுறை வேண்டும். அவ்வாறு செய்வதினல் சர்வதேசத்திலுள்ள தொழிலாளர் ஒன்றிணைந்து புரட்சிக் கொடியேந்தி ஜெர்மனி, பிரிட்டன் போன்ற வளர்ந்த நாடுகள் இணைந்துவிட்டால், தொழிலாளர்களின் அதிகாரம் வெற்றி பெற்றால் உற்பத்தி செய்யப்படும் பொருள்களை ரஷ்யாவின் வீழ்ந்த பொருளாதாரத்தை மீட்டெடுத்து விடலாம்” என்ற வாதத்துடன் செயல்பட்டார்.

ஆயினும், ஒரு தேசத்தை கைத்தொழில் மயமாக்குவது என்பது கடினமான எதிர்வினைகளை, தியாகங்களைக் கொண்ட திட்டம். ஆனால்,

பேச்சளவுக்கு சாத்தியம்; கேட்பதற்கு இனிப்பாக இருப்பினும் சாத்தியப்படாது என்ற நிலையே.

1929-ல் டிராஸ்கி தனது உட்டோபியன் கனவை நனவாக்க ஆதரவைத் திரட்ட செஞ்சதுக்கத்தில் ஆர்ப்பாட்டம் நடத்தி பெருங்கூட்டத்தைக் கூட்டி பேசினார். ரஷ்யாவில் பேசிய கடைசி பேச்சு அதுதான்.

இதற்கு எதிரடியாக ஸ்டாலின் கூட்டிய மத்தியக் கமிட்டி காமனேவும், ஜீனோவியும் அந்த ஆண்டு நவம்பர் மாதத்தில் டிராஸ்கியுடன் சேர்த்து விலக்கப்பட்டனர்.

இது போல்ஷ்வீக் கட்சியின் கட்டுப்பாட்டின் வெற்றிக்கு உதாரணமாக கூறலாம். கட்சியின் தலைமைப் பொறுப்பேற்றிருந்த ஸ்டாலினே கட்சியை கொள்கையை உருவாக்கி நடத்தினார்.

டிராஸ்கியுடன் வெளியேற்றப்பட்ட மென்ஸ்வீக்குகள் வெகு சொற்பமே.

போல்ஷ்வீக் கட்சியின், பொதுவுடைமை கட்சியின் வெற்றிக்கு வித்திட்டவர் ஸ்டாலின் என்பதே இதன் மூலம் அறியலாம். மேலும், ஸ்டாலினின் கட்டுப்படும் கட்சியின் செல்வாக்கை மேலும் திறம்பட நடத்தக் காரணமாய் இருந்தது.

நாஜிக் தாக்குதலால் சோவியத் நிர்வாகம் உடைபட்டாலும் சோவியத் அரசின் செவி சாய்த்து அதன் உத்தரவுகளுக்குப் பிற மாநிலத் தலைமை களும் உடன்பட்டன. இதில் சாதாரண மக்களும், செம்படையினரும் கட்சியில் செயல்பாட்டுக்குக் கட்டுப்பட்டு, மரணம் நேரினும் எதனை எதிர்த்தும் போராடத் துணிந்தனர் என்றே சொல்ல வேண்டும்.

டிராஸ்கியின் எதிர்க்கட்சியின் பொருளாதார கொள்கைகளை புறந்தள்ளி, தேசம் முழுவதும் தொழில் வளர்ச்சியை முன்னிறுத்தி செயல் படத் தொடங்கியது ஸ்டாலின் போல்ஷ்வீக் கட்சி மேலும் தனியுடைமை யாளர்களின் நிலங்களை கையகப்படுத்தி அரசு பண்ணைகளாகவும் (ஸோவோகோஜி) கூட்டுப்பண்ணைகளையும் மாற்றி அமைப்பது என்று தீர்மானமும் நடைமுறைக்கு வந்தது.

★

10

ஐந்தாண்டு திட்டம்

1928-ஆம் ஆண்டு அக்டோபர் மாதம் முதல் தேதியில் சோவியத்தின் முதல் ஐந்தாண்டு திட்டம் உருவாக்க தக்க பலத்தை ஸ்டாலின் தலைமையில் நடந்தேறியது.

விவசாயமும், தொழில் வளர்ச்சியின் இதன் மூலம் யுத்த காலத்துக்கு முன் மிகுந்த நிலைக்கு வந்தன. முதலாளித்துவ நாடுகளும் சற்று முகம் கொடுத்துப் பேச ஆரம்பித்தன.

சோவியத் யூனியனுடைய வற்றாத வளங் களைப் பயன்படுத்தி அதனை பிறர் கையாளா மல் பொருளாதார வளர்ச்சி தன்மை வாய்ந்த சமுதாயமாகவும் யுத்தமாயினும் சமாதானமா யினும் அண்டை நாடுகளான முதலாளித்துவ தேசங்கள் விருப்பு வெறுப்புகளை சட்டை செய்யாமல் வளர்ந்த நாடாக சோவியத் ருஷ்யாவை செயல்படுத்த முடியும் என்று

ஸ்டாலினின் நம்பிக்கை மக்களிடையே பெருத்த வரவேற்பை பெற்றது.

இந்தக் கருத்து லெனின் உடையதே. ஸ்டாலின் அதனை வழிநடத்தினர். போல்ஷ்வீக் கட்சியின் மக்களின் நல்வாழ்வுக்கு ஸ்டாலின் அளித்த பங்களிப்பு இதுதான்.

மக்களின் அடிப்படைத் தேவைகளான, உயிர் வாழ்வதற்கு அத்தியாவசியமான வெண்ணை, முட்டை, கோதுமை முதலியவற்றை வெளிநாடுகளுக்கு ஏற்றுமதி செய்து தொழில் வளர்ச்சிக்கு எந்திரங்கள் வாங்குவதற்குப் போதுமான பொருளாதார வசதியை ஈட்டுவதற்கு இவை தேவையாய் இருந்தது.

மக்களின் புதுவாழ்வுக்கு, வளர்ச்சிக்குத் தேவையான சமுதாயச் சீர் திருத்தக் கொள்கைகள் மேலும் விரிவாக்கப்பட்டு செயல்படுத்த முன் வைத்தார்.

அதாவது, ஏழு மணி நேர வேலை, சம்பளத்துடன் விடுமுறை, குழந்தைகளுக்கு இலவச மருத்துவ வசதி, குழந்தை வளர்ப்பதற்கு அங்கன்வாடிகள், தொழிலாளர் நலன் பொருட்டு இலவசக் கல்வி என பல்வேறு திட்டங்கள் முன்வைக்கப்பட்டு செயல்படுத்தப்பட்டது.

கைத்தொழிலையும், விவசாயத்தையும் குறிப்பிட்ட இனங்களே செய்ய வேண்டியதை மாற்றி சமூக விஸ்தரிப்பாக மாற்றி ஐந்தாண்டு திட்டங்கள் வகுக்கப்பட்டன.

இதனை இந்திய சுதந்திரத்திற்குப் பின் பிரதமரான ஜவஹர்லால் நேரு சோசலிச திட்ட வடிவாக இந்தியாவில் ருஷ்ய பாதையில், ஸ்டாலின் வழியில் ஐந்தாண்டு திட்டங்களை வகுத்தார் என்பதற்கு அடையாளமே பஞ்சசீலக் கொள்கை எனலாம்.

விவசாயத்தை எந்திரமாக்கினால்தான், கூட்டுப்பண்ணை முறையில் கொண்டால்தான் பெரு விளைச்சலைப் பெற முடியும். உலகில் வளர்ந்து வரும் யந்திரத் தொழில்நுட்பம் மக்களின் வளர்ச்சிக்குத் தீனி போட விவசாயப் பொருட்களும் கால்நடைகளின் பெருக்கமும் வளர்க்கப்படும். அதற்கு கூட்டுப்பண்ணை முறையே அடித்தளம்.

விவசாயம் சம்பந்தப்பட்ட யந்திரத் தொழில்நுட்பத்தின் மூலம் டிராக்டர்கள் உற்பத்தி - சோவியத் யூனியனுடைய பாதுகாப்பு சம்பந்தப்

பட்ட தொழில்நுட்பங்களோடு நேரடி சம்பந்தமுடையது. ஏனெனில், டிராக்டர் உற்பத்தித் தொழிற்சாலை கொண்டு வெகு எளிதாக டாங்கி செய்வதற்கும் வாய்ப்பாக அமைந்துவிடும்.

கார்ல் மார்க்ஸின் சித்தாந்தம், 'காரண காரியங்களின் உலக நன்மைக்கே' என்று சொல்லப்படுவது உண்டு. உலகின் வளர்ச்சி நடவடிக்கைகள் பொதுவுடைமை சித்தாந்தத்தின் வேர் என்றே சொல்ல வேண்டும்.

அந்த வேர் வளர்ந்து செழித்தோங்கி உலக மக்களின் வளர்ச்சிக்கு வழி காட்டுவதே.

இதனை வலியுறுத்தும் விதமாக ஸ்டாலின் சொன்னார் :

"நமது தியாகம் ஆயுத உற்பத்தியை நிச்சயமாக்குகிறது. ஆயுத உற்பத்தி ஏககாலத்தில் டிராக்டர்களையம், தளவாடங்களையும் உற்பத்தி செய்யும். டிராக்டர் உற்பத்தி விவசாயப் பலனைப் பெருக்கும். தளவாட உற்பத்தி மக்களைப் பாதுகாக்கும். மக்களின் சிரமங்கள் களையப்படும்போது வசதி யும் பெறுகிறோம். இதனால் உயிர்ப்பலி தியாகத்துக்கு அவசியமில்லாமல் போகிறது. இது தேச வளர்ச்சிக்கு வழிவகுக்கும்" என்றார்.

சோவியத் தொழிலாளர்கள், மக்கள் அவரின் செயல்பாடுகளை, திட்டங்களை வரவேற்று ஏற்றுக் கொண்டார்கள். ஐந்தாண்டு திட்டமா? நான்கே ஆண்டுகளில் முடிப்போம் என்று வரித்துக் கட்டிக்கொண்டு செயல்பட்டனர்.

உழைப்பும் நம்பிக்கையும், தியாகமும் பலனை அளிக்கும் என்ற முனைப்பில் வேலை செய்தனர். திட்டங்களை துரிதமாக நடக்க அதிரடி வெண்தொண்டர் படையினரும் மற்றும் தொழிலாளர்களும் தமக்குத் தந்த ஓய்வு நாட்களிலும்கூட தங்கள் விருப்பத்தின் பேரிலேயே வேலை செய்தனர்.

மனித எதிர்ப்பு, மந்த நிலைப்போக்கை எதிர்த்து ஸ்டாலினும் தலைமை அலுவலகமும், பொதுவுடைமை சித்தாந்தம் கொண்ட புத்திஜீவிகளும், தொழில்நுட்ப நிபுணர்களுகம் இணைந்து பணியாற்றினர். மொத்தத்தில் போரில் எதிரியை எதிர்கொள்வதுபோல் நாட்டின் வளர்ச்சிக்கு ஒன்றிணைந்து செயலாற்றினர்.

பிரபுத்துவ, பணக்கார விவசாயின் இதற்கு எதிராக முட்டுக்கட்டைகள் போட்டனர்; கால்நடைகளைக் கொன்றனர். நிலத்தை தரிசாக்கினர். எதிரான அனைத்துச் செயல்பாடுகளையும் குலைக்க முனைந்தனர்.

கார்க்கோவ் தொழிற்சாலையில் உருவாக்கப்பட்ட டிராக்டர்களை வாங்கிக் கிடப்பில் துருப்பிடிக்க வைத்தனர். ஆதாம் காலத்து மரக் கொளுவைக் கொண்டு மண்ணைக் கிளறிக் கொண்டு இதுதான் விவசாய முறை என்று தொழிலாளர்களை ஈடுபடுத்தினர்.

இத்தகைய நாசவேலைகள் குறித்து ஸ்டாலின் குறிப்பிடுகையில்,

"இவர்கள் (அதாவது நாசவேலை செய்வோர்) தானியக் களஞ்சியங் களுக்குத் தீ வைத்தார்கள்; யந்திரங்களை சேதப்படுத்தினார்கள்; கூட்டப் பண்ணைகளிலும் அரசுப் பண்ணைகளிலும் நாசவேலைக்கு வழி வகுத்தார்கள். இத்துடன் நிற்காமல் பிளேக் கிருமிகளை கால்நடை களுக்குச் செலுத்தி மெனிஜிடிஸ் என்ற நோயை குதிரைகளிடையே பரவுவதற்கு வழி செய்தார்கள்" என்று எச்சரித்தார்.

1935-ஆம் ஆண்டு இம்மாதிரி தகவல்களை மறுத்தனர். இவை நாஜிக் களுக்கு ஆதாரவாளர்களும் ஐந்தாம் படையினரும் தொடர்ந்து மக்களிடையே பரப்பி வந்தனர்.

ஆயினும், சோவியத் மக்கள் இதனைப் புறந்தள்ளினர்.

மக்கள் பெரும்பான்மையோர் இத்தகைய குலாக்குகளிடமிருந்து ஸ்டாலின் விடுவித்தார் என அவருக்கு பின் நின்றனர்.

இதனை ருஷ்யாவின் பிரபல எழுத்தாளர் ஷோலகோவ் வர்ஜின் ஸாலியில் ஆப்டர்ணட் (காடு கொடுத்து கழனி கொண்டது) என்ற நாவலில் குறிப்பிடுகிறார்.

மேலும், ஸ்டாலின் குறிப்பிடும்போது,

"நாலைந்து ஆண்டுகளுக்கு முன்னால் மக்கள் தொகையில் 60 சதவீதம் ஏழைக் குடியானவர்கள்! ஏழைக் குடியானவர் என்போர் யார்? தமக் கென்று கலப்பையோ, பூட்டக் குதிரையோ சொந்தமாக வைத்திராத வர்கள். ஏழைக்குடியானவர்கள் என்போர் குலாக்குகளிடமோ, நில உடையாளர்களிடமோ கொத்தடிமையாக கிடந்து அரைப்பட்டினிவாசி

களாக மாக்களாக உழன்றனர். கொஞ்ச காலத்துக்கும் முன்புதான் சுமார் *15* அல்லது *20* லட்சம் ஏழை விவசாயிகள் ஆண்டுதோறும் தென்திசை நோக்கிப் பிழைப்பை நாடிச் செல்கின்றனர். வடகாக்கஸஸிலும் உக்ரேனிலும் சென்று அங்குள்ள குலாக்குகளிடம் பண்ணைகாரர்களாக அமருகிறார்கள்.

“இதைவிட அதிகத் தொகை ஆண்டுதோறும் தொழிற்சாலைகளின் தலைவாசலுக்கு வந்து வேலை இல்லாதோர் எண்ணிக்கையைப் பெருக்கு கிறார்கள். ஏழைக் குடியானவர்களின் நிலை மட்டுமே இப்படி என்ப தில்லை. நடுத்தர விவசாயிகளின் கதியும் ஏறக்குறைய இதுதான். குடியான வர்கள் இப்போது இந்தச் சிரமங்கள் மறக்கும் நிலைக்கு வந்துவிட்டனர்.

‘‘ஐந்தாண்டு திட்டத்தில் முதல் நான்கு ஆண்டுகள் இந்த ஏழை மக்களுக்கு என்ன சாதித்து விட்டது. குலாக்கு வர்க்கத்தினரின் அடித்தளம் ஆட்டம் கண்டுவிட்டது. ஏழைகள், நடுத்தர வகுப்பினர் இந்த குலாக்கு களின் (பெரும் பண்ணைக்காரர்கள்) விலங்குகளிலிருந்து விடுபட்டுள் ளனர். கூட்டுப்பண்ணைத் திட்டம் இவர்களுக்கு எதிராக இறங்கி அவர்களின் நல்வாழ்வுக்கு நிரந்தரத் தீர்வு ஏற்பட்டுவிட்டது.

“நான்கு ஆண்டுகளில் வளர்ந்த இந்த ஐந்தாண்டு திட்டம் சோவியத் தொழிலாளர்களிடையே வேலையில்லாத் திட்டத்தை அடியோடு போக்கி அதன் பயங்கரத்தினின்று அவர்களுக்கு விடுதலை கிடைத்தது’’

- என்று முழங்கியது நிதர்சனமானது. சுருங்கக் கூறினால் இந்த ஐந்தாண்டு திட்டங்கள்தான் உலக நலன் பிரச்சாரத்தின் உச்சநிலை என்றே சொல்லல் தகும். ஸ்டாலினின் திட்டங்கள் மக்களின் ஆதரவு தனக்கு உண்டு என்பதை உறுதிப்படுத்தியது.

ஐந்தாண்டு திட்டம் தொழில் வளர்ச்சியின் தளவாட உற்பத்திக்கு வேண்டிய எந்திரங்கள் வாங்குவதற்கு அயல்நாட்டு நாணயங்களாக இருந்த *10* லட்சம் ரூபிள்களில் பாதியை பருத்தியும், தோலும், கம்பளி மயிரும், ரப்பரும் வாங்க உபயோகித்திருக்கலாம்.

அப்படிச் செய்திருந்தால் சற்று அதிகமாக காலிக்கோவும் பூட்ஸூம், துணியும் கிடைத்திருக்கும். ஆனால், பிரம்மாண்டமான இரும்பு, எஃகு உருக்குத் தொழிற்சாலைகளை உபயோகித்திருக்க முடியாது. ரஷ்யா ஆயுத மற்ற நாடாக இருந்திருக்கும்.

டிராக்டர்களும் விவசாய யந்திரங்களும் இல்லாதிருந்தால் ரொட்டி என்ற வார்த்தை அகராதியில் மட்டும் பொருள் கொடுத்து நிற்கும். சுயமாக உற்பத்தி செய்யும் தளவாடப் பொருட்கள் இல்லாமல் போயிருக்கும். இதனால் ஆயுதங்கள் இல்லாத தேசமாக அயல்நாட்டு ராணுவங்கள் வந்து காவல் காக்கும் நாடாக மாறியிருக்கும் சோவியத் ரஷ்யா.

ஸ்டாலினின் ஐந்தாண்டு திட்டங்கள் பொருளாதார வளர்ச்சியின் நோக்கத்தை மட்டும் கொண்டதல்ல. சோவியத் மக்கள் என்று அதிகாரத்தைக் கைப்பற்றினார்களோ அன்றிலிருந்தே லெனின் ரஷ்யாவை தொழில் வயமாக்கி வளமான தேசமாக உருவாக்க எண்ணினார்.

ரஷ்யாவின் மேற்குப் பகுதிகளில் உருவாக்கப்பட்ட கைத்தொழில்கள் லெனின் கிராட், இவானோவா, மாஸ்கோ ஆகிய பகுதிகளில் உக்ரேனிலும் உருவாக்கப்பட்ட யந்திரத் தொழில்கள் வேறு இடங்களுக்கு மாற்றப்பட வேண்டும். மேற்கில் உள்ள ஐரோப்பிய நாடுகளுடன் வர்த்தக உறவை ஏற்படுத்திக் கொள்வதற்கு பலன் தர வேண்டும் என்பதற்காகவே மேற் கூறப்பட்ட பகுதிகளில் தொழில் நிறுவனங்களை ஏற்படுத்தினார் ஸ்டாலின்.

புரட்சிக்குப் பிறகு மேற்கத்திய நாடுகள் யாவும் சோவியத் யூனியனுக்குப் பகைவர்களாக காட்டிக் கொண்டார்கள்.

ரஷ்ய அரசின் திட்ட அமைப்புக் கமிட்டி தனது அறிக்கையில் விவரிப்பதுபோல், ரஷ்ய யந்திரத் தொழில்கள் யாவும் அதன் பரப்பில் 5.8 பங்கில்தான் ஒடுங்கிக் கிடந்தது.

எதிரியின் முதல் பாய்ச்சலுக்கே பலியாகக்கூடிய தொழில்களை வைத்திருப்பதும் லெனின் கருத்து அல்ல. 'பால்டிக் முதல் பசிபிக் வரை அகண்டு விரிந்து கிடக்கும் சோவியத் யூனியனில் யந்திரமாக்கப்பட்ட விவசாயமும், தொழிலும் பின்னிப் பிணைந்து நகரத்துக்கும் கிராமத்துக்கும் இடையில் உள்ள ஏற்றத் தாழ்வுகளை அகற்ற வேண்டும்' என்றே லெனின் கருதினார்.

ரஷ்யாவின் மேற்குப் பகுதிகளில் உள்ள யந்திரத் தொழில்கள் போல் பிறர் உதவி நாடாமல் கிழக்குப் பகுதியில் பாதுகாப்பு வகையறா சம்பந்த மான தொழில் வியூகம் அமைப்பது அவசியம் என்ற கருத்து சோவியத் தலைவர் லெனின் வைத்துப் போன சிந்தனைச் சொத்து.

இதனை ஸ்டாலின் வழிநடத்தி முதலாவது, இரண்டாவது ஐந்தாண்டு திட்டங்கள் யூரல்ஸில் தளவாட தொழிற்சாலைகளுக்கு அஸ்திவாரம் இட்டது. இப்படி லெனின் சோவியத் ரஷ்யா வளர்ச்சிக்கு அவரின் சிந்தனை வழியில் செயல்பட முனைந்து அதில் வெற்றியும் பெற்றார் ஸ்டாலின்.

★

இரும்பு மனிதர்

11

1930ல் ஜெர்மனியில் ஹிட்லரின் ஏதேச்சதிகாரம் உலகையே அச்சுறுத்தியது. குறிப்பாக, ஜெர்மன் மக்கள் குடியேற மேற்கு ரஷ்யாவைப்போல் உகந்த இடம் அல்ல என்ற தீர்மானித்து நாக்கில் எச்சில் ஊற ஹிட்லர் மெயின் கேம்ப் என்ற நூலில் எழுதியிருந்த வாசகம் ரஷ்ய மக்கள் மறக்கவில்லை.

ஹிட்லரின் 'லெபன்ஸ்ராம்' என்ற கோஷம் உஷார்ப்படுத்தியது.

1930-ஆம் ஆண்டு ஸ்டாலின் தலைமையில் நடந்த 16-வது காங்கிரசில் சமர்ப்பித்த அரசு அறிக்கைச் சொல்கிறது.

"நமது தொழில் வளர்ச்சி, நமது தேசத்தின் பொருளாதார வளர்ச்சி, குறிப்பாக உக்ரைனில் கிடைக்கும் நிலக்கரி, அங்கு நடக்கும் உலோகத் தொழிற்சாலையையே ஆதாரமாகக் கொண்டி

ருக்கிறது... நமது புதிய வேலைத் திட்டம் இதுதான். வருங்காலத்துக்கு தக்கபடி இந்தத் தளத்தை நாம் எல்லா வகையிலும் வளர்ப்பதுடன் பிற இடத்திலும் நிலக்கரி உற்பத்தியையும் உலோகத் தொழிற்சாலையையும் உருவாக்க வேண்டும். அதாவது குஸ்ட்னெஸ்க் கோக்கரி யூரல்ஸ் உலோகத் தொழிலுக்கு உதவ வேண்டும்" என்று குறிப்பிட்டார்.

குறிப்பாக, 1931-ஆம் ஆண்டு அக்டோபரில் யூரல்ஸ் யந்திர உலைக் கூடங்கள் பற்றி எரிய ஆரம்பித்தன. யூரல்ஸ் உலோகத் தொழில் 18-ஆம் நூற்றாண்டிலிருந்து வெட்டி எடுக்கப்பட்டு பயன்பாட்டில் உள்ளன.

18-ஆம் நூற்றாண்டில் பேரளவுக்கு தேனிருப்பு இங்கிலாந்துக்கு ஏற்றுமதியும் செய்யப்பட்டது. 1827-ஆம் ஆண்டு அங்கு தேனிருப்பு உற்பத்தி 1,55,400 டன்னாக இருந்தது.

கோக்கரி என்ற கனிமம் (நிலக்கரி வகையைச் சார்ந்தது) கண்டுபிடிக்கப் பட்ட பிறகு டானட்ஸ் பாசனம் முதலிய இதர மாநிலங்களில் உலோகத் தொழிலை விரிவுப்படுத்தினர்.

கோக்கரி மிகுதியாகக் கிடைத்து அமெரிக்க முதலிய நாடுகள் யூரல்ஸை பின்னுக்குத் தள்ளியது. இதனால் 1909-ஆம் ஆண்டுகளில் யூரல்ஸ் தேனிரும்பு உற்பத்தி ரஷ்யாவின் மொத்த உற்பத்தியில் 19.5 சதம் கீழிறங்கியது.

யூரல்ஸுக்கு 1250 மைல் தொலைவில் உள்ள மேற்கு சைபிரியாவில் குஸட்னெஸ்க் பாசனம் இருக்கிறது. இங்கு 80 கோடி டன் கோக்கரி இருப்பதாகக் கணக்கிடப்பட்டிருந்தது.

1937-ஆம் ஆண்டு ஜுலை மாதம் மாஸ்கோவில் கிளாஸ்கோ பல்கலைக் கழகத்தில் நடந்த கிளாஸ்கோ காங்கிரஸ் மாநாட்டில் டாக்டர் டிரல் என்பவர் சோவியத் ரஷ்யா அமைத்துள்ள 6000 நிபுணர்களுடன் குஸ்ட்னெஸ்க் பகுதிக்கு நேரில் சென்று பார்வையிட்டார். கனிம வளங்கள் ஒவ்வொன் றும் 400 மீட்டர் ஆழத்தில் இந்தப் பகுதி முழுதும் விரிவாகப் பரந்திருப்பது கண்டுபிடிக்கப்பட்டது. டிரல் இதனை 'மிகவும் பிரம்மாண்ட கனிம வளப்பகுதி' என்று குறிப்பிடுகிறார்.

அப்போது சோவியத் மக்களுக்கு லெனின் வைத்துவிட்டுப் போன வேலை குஸ்ட்னெஸ்க் நிலக்கரி தளமான குஸ் பஸ்லையும் யூரல் உலோகக்

கனிம வளமான மாக்னிடானுயா மலையையும் ஒன்றாக இணைப்பதே யாகும். இதனை ஸ்டாலின் பொறுப்பேற்ற பின் வெற்றிகரமாக அவரது தலைமையில் நடத்திக் காட்டி விட்டார்கள். முதல் இரண்டு ஐந்தாண்டு திட்டங்களில் இதனை செய்து முடித்தனர்.

மாக்னிட்னேயா மலைதான் யூரல்ஸ் உருக்குத் தொழிற்சாலைகளில் மிகப்பெரிது. இங்குதான் ஐரோப்பாவிலேயே மிகவும் பெரிய உருக்கு இரும்புத் தொழிற்சாலைகள் கட்டப்பட்டு விரிவாக்கப்பட்டன. இதற்கு அருகில் உள்ள குஸ்ட்னெஸ்க் நிலக்கரியை உபயோகப்படுத்துகின்றன.

குஸ்ட்னெஸ்க்கும் மாக்னிட்னோவும் ரஷ்யா தேசத்தின் இரு பக்கம் இணைக்கும் அச்சு முனைகள்.

குஸ்ட்னெஸ்க் நிலக்கரியைப் பயன்படுத்தி ஸ்டாலின் இரும்பு தொழிற் சாலைகளை உருவாக்கினார். மாக்னிட்டோகர்ஸ்க் நிலக்கரியும் இதனை உருவாக்க அவருக்கு கைக்கொடுத்தன. இதனால் ரஷ்ய மக்கள் தங்கள் தேசத்தை வலுவாக்க ஸ்டாலினின் பொருளாதார வளர்ச்சிக்கும் மக்களின் வேலைவாய்ப்புக்கும் பெரிதும் உதவின.

மேலும், யூரல்ஸ் பகுதிக்கு அப்பால் வடக்கே அண்டர்மாவிலும் வோர்க் கூட்டாவிலும் பிளையாவ், ஆர்ஸ்க் இடங்கள்வரை மின்சார உற்பத்தி ஸ்டேசன்கள் புதிதாகவும், மாற்றியும் கட்டப்பட்டன.

இதன் மூலம் உருக்கு, இரும்பு, இதர உலோகங்கள், நிலக்கரி, ரசாயனத் தொழிற்சாலைகள், யந்திரக் கருவி உற்பத்தி நிலையங்கள் என தொழில் வளர்ச்சியில் எட்ட முடியாத வளர்ச்சியை தம் தேசத்து மக்களுடன் இணைந்து செயலாற்றினார்.

மாக்னிட்டோகார்ஸ்கும் குல்ப்ஸ் என்ற இடமும் ஆண்டுக்கு 60 லட்சம் டன் தேனிரும்பை உற்பத்தி செய்தன. மாக்னிட்டோகார்ஸ்க் உருக்குத் தொழிற்சாலை மட்டும் ஆண்டுக்கு 27.5 லட்சம் டன் உற்பத்தி செய்தது.

ஸ்டாலின் பெயரில் உருவான ஸ்டாலின் உருக்குத் தொழிற்சாலை 9 லட்சம் டன், ஸ்வெர்ட்ஸ்லாக் மாநிலத்தில் மட்டும் 10 லட்சம் இரும்புத் தாது உற்பத்தி செய்யப்பட்டது.

மீதமுள்ள கோமோரோவா - ஜிக்காஸிர் பாகால், காவிவாவ் தொழிற் சாலைகள் உற்பத்தி விரிவாக்கப்பட்டன.

மாக்னிட்டோ கார்ஸ்க் எவ்வளவு முக்கியமான தொழிற்சாலை என்பது 1940-ஆம் ஆண்டு கணக்கின்படி பல்கிப் பெருகின.

உக்ரேனில் உள்ள கிரிவாய்ராக் இரும்புச் சுரங்கங்கள் கண்டெடுக்கப் பட்டதைவிட உற்பத்தி அளவு சமமாக இந்த மலையில் உற்பத்தி செய்யப் பட்டதை குறிப்பிடத்தக்கது.

இத்தகைய ஸ்டாலினின் ஐந்தாண்டுத் திட்டத்தின் வளர்ச்சி உலக நாடு களை திரும்பிப் பார்க்க வைத்தன. அதனாலே, அவரை 'இரும்பு மனிதர்' என்று சோவியத் மக்கள் குறிப்பிட்டனர்.

இவரது செயல்கள், திட்டங்கள், திட்டங்கள் மூலம் பெற்ற வெற்றிகள் உலகையே திரும்பிப் பார்க்க வைத்தன.

என்னதான் நடக்கிறது சோவியத்தில்? என்ற வினா எழுந்தது.

ஸ்டாலின் வாழ்க்கையும், அவரது வாழ்வியலும் மிக எளிமையாகவே இருந்தன.

ஸ்டாலின் வீட்டுக்குச் சென்று பார்த்த கட்சி உறுப்பினர்களின் பதிவு செய்தது இதோ :

எளிமையான வீடு. முதல் மாடியில் அவர் வசிப்பிடம். மொத்தமே மூன்று ஜன்னல்கள் கொண்ட வீடு. மகன் யாகோவுக்கு தனி அறை. எவ்வித ஆடம்பரமும் இல்லை.

புகை பிடித்துக் கொண்டே குறுக்கும் நெடுக்குமாக நடந்து கட்சித் தோழர்களில் அன்றாட வேலைகள் குறித்து விசாரிப்பார். அவர்கள் சொல்லும் விஷயங்களை காது கொடுத்து கேட்பார்.

அவரது மாதச் சம்பளம் ஐந்து ரூபிள்கள் மட்டுமே.

ஆம் மேற்கு வங்க நாடுகள் அவரது செயல்பாட்டினை வாய் பிளந்து பார்த்து நின்றன.

இரும்பு மனிதன் வாழ்க்கை எளிமையாய் இருந்தது.

1929-ல் ஐம்பது வயதை எட்டினார். ஏராளமானோர் அவரது பிறந்த நாளைக் கொண்டாடும் வகையில் பலவிதமான பரிசும் பொருள்களை வந்து குவித்தனர். 'ஏன் இந்த ஆடம்பரச் செலவு?' என அவர்களைப்

பார்த்து கேட்டார். அத்தனைப் பொருட்களையும் அருட்காட்சியகத்தில் ஒப்படைத்ததோடு அவர்களுக்கு நன்றி பாராட்டி கடிதங்களும் எழுதினார்.

இரண்டாவது திருமணம் செய்து கொண்ட அவருக்கு இரண்டு குழந்தைகள் பிறந்தன. அவனது பெயர் நாடியழா அனூலியேவா (Nadizdha). குழந்தைகள் வாசிலி (Vasily), ஸ்வெத்லானா (Sveltlana).

முதல் தாரத்தின் மகனான யாகோவை கட்சி உறுப்பினரைப் போலவே கண்டிப்புடன் நடத்தினார்.

இதனூடே தேசத்தின் வளர்ச்சிக்குத் திட்டங்கள் தீட்டி மக்களின் அன்றாட வாழ்வியலுக்கு, பொருளாதார வளர்ச்சிக்கு வழிகாட்டினார். தேசம் வளமை கொண்டு வளர்ந்தோங்கியது.

உலகம் வாயைப் பிளந்து கொண்டு நின்றது. அடுத்த ஐந்தாண்டு திட்டங்களுக்கு வழி வகுத்தார்.

★

12
எழுச்சியும் சதிகளும்

இத்தகைய கனிம வளங்களைக் கண்டெடுத்த சோவியத் மக்கள் அதனை ஆரம்பத்தில் தங்கள் தேசத்தின் புணர் நிர்மானத்துக்கே செலவிட்டனர்.

லெனின் கிராண்டிலிருந்து (முன்னர் பெட்ரோ கிராட்) விளாடி வோஸ்டாக் (Viladi vostok) செல்லும் வழியில் புதிய கட்டடங்கள் நிர்மாணிக்கப்பட்டன. உதிரிபாகங்கள் தயாரிக்கும் தொழிற்சாலைகள், இயந்திரங்கள் பழுது பார்க்கும் பணிகள் மேற்கொள்ளப் பட்டன.

ஒவ்வொரு நாளும் அபரிமிதமான வளர்ச்சியை நோக்கி முன்னெடுத்தது சோவியத் ரஷ்யா.

வீடு கட்ட செங்கல்லும், கட்டிடம் அமைக்க இரும்புத் தளவாடங்களும், தட்டுப்பாடற்ற மின்சாரமும், டிராக்டர் தொழிற்சாலை,

டாங்கி தொழிற்சாலை, கார் கம்பெனி, கிரானைட் தாது உற்பத்தி மூலம் கிரானைட் கம்பெனிகள், துர்க்கிஸ்தானுக்கும் சைபீரியாவுக்கும் ரயில் பாதைகள் என நவீன தொழிற்புரட்சி பீடுநடை போட்டன.

மறுபுறம் கூட்டுப்பண்ணைகள் மூலம் சிதறிக் கிடந்த வயல்வெளிகள் ஒன்றிணைந்து ஆங்காங்கு உள்ள விவசாயப் பெருங்குடிமக்களால் நிர்மாணிக்கப்பட்டு தானிய உற்பத்தி, பழங்கள், பயிர்கள் என விளைவித்து இரண்டு லட்சம் பெரிய பண்ணைகளை உருவாக்கினார்கள்.

விவசாயம், சாலை வசதி, புதிய கருவிகள், மின்சார உற்பத்தி அத்தனை யும் நவீனம்... நவீனம்... என மாற்றம் நிகழ்ந்தது.

முதல் ஐந்தாண்டு திட்டத்துக்காக செலவிடப்பட்ட தொகை 7.8 மில்லியன் ரூபிள். சோவியத் புரட்சிக்குப் பின் செலவிடப்பட்ட தொகையைவிட கடந்த பதினைந்து ஆண்டுகளில் இரண்டு மடங்கு அதிகம் என்றே சொல்லலாம்.

1920 தொடக்கம் முதல் 1932 வரை ஸ்டாலின் ஐந்தாண்டு திட்டம் பெரும் வளர்ச்சியும், பொருளாதார மேன்மையையும் கண்டது.

அமெரிக்க, பிரிட்டன், பிற உலக நாடுகள் ரஷ்யாவின் வளர்ச்சி கண்டு பொறாமை கண்கொண்டே பார்த்தது. எப்படி இத்தகைய வளர்ச்சியை எட்டியது.

என்னதான் ஸ்டாலினின் பொருளாதார வளர்ச்சியும், தொழிற்சாலை களின் பெருக்கமும், மக்களின் வாழ்வாதாரம் ஐந்தாண்டு திட்டங்களால் வளர்ச்சி பெறினும் இதற்கு இடையூறாக சில குழுக்கள் ஐந்தாம் படை வேலைகளைத் தொடங்கின.

ஐந்தாண்டு திட்டங்கள் தொடங்கப்பட்ட ஆண்டுகளில் டிராஸ்கி கான்ஸ்டாண்டி நோபின் திரும்பினர். ஸ்டாலின் மீது விமர்சனம் கொண்டோரை தம் பக்கம் இழுக்க முயற்சித்தார். மேற்குலக நாடுகளின் ஸ்டாலினின் வளர்ச்சிக்கு பொறாமைகள் கொண்டு பார்த்தவர்களுக்கு அதன் வளர்ச்சிக்கு உளவு வேலை பார்த்தார் டிராஸ்கி.

ஸ்டாலினை அவரது திட்டங்களை கடுமை விமர்சிப்பார்; போல்ஷ்விக் கட்சியை லெனின் சிந்தனைகளை எழுத்துகளை கொள்கைகளை எதிர்ப்பார்.

'சோவியத்தின் நவீன தொழிற்புரட்சி, கூட்டுப்பண்ணையின் வளர்ச்சிகள் மக்களின் ஜனநாயகத்தின் எதிர்க்கூறுகள்' என்று எழுதினர்.

ஸ்டாலினுக்கு எதிரான மேற்குலக நாடுகளின் பத்திரிகைகளில் 'ஏமாற்றப்பட்ட புரட்சி', 'அபாயத்தில் சோவியத் பொருளாதாரம்', 'ஐந்தாண்டு திட்டத்தின் தோல்வி', 'ஸ்டாலினின் மோசடி சிந்தனை' என ஸ்டாலினுக்கு எதிரான சதி வேலைகளில் ஈடுபட்டதுடன் அவருக்கு எதிரான ஸ்கூப் செய்திகளை அனுப்பும் பணியிலும் ஈடுபட்டனர்.

மக்கள் சக்தி ஸ்டாலினுக்கு முழு ஒத்துழைப்பு இருப்பது தெரிந்தும் டிராஸ்கின், புகாரின் ஆகியோர் அவருக்கு எதிராக செயல்பட்டனர். இதனின் தொடர்ச்சியாக கட்சி வட்டாரத்தில் ஸ்டாலினுக்கு அடுத்த படியாக வலது கரமாக இருந்த செர்ஜிகிரோவ் (Sergeykrov) லெனின் கிரளண்ட் செயலர் மற்றும் சோவியத்தின் தலைவர்.

டிராஸ்கி, புகாரின் எதிர் புரட்சிகாரர்களின் சதி வேலையை கண்டுணர்ந்து விசாரணையில் ஈடுபட்டுக் கொண்டிருந்தபோது திடீரென்று கொல்லப்பட்டார். அவரைக் கொன்றவன் லியோனிட் நிகோலயேவ் (Leonid nikolev) என்பவனுக்கும் டிராஸ்கி குழுவினருக்கும் தொடர்பு இருந்தது கண்டுபிடிக்கப்பட்டது.

மேலும், டிராஸ்கி, ஸ்டாலினுக்கு எதிரான பயங்கரவாத குழுக்களையும் சிலருடன் தொடர்பில் இருப்பது கண்டறியப்பட்டது.

சோவியத் அரசு ஸ்டாலின் பாதுகாப்பு ஏற்பாடுகளில் கவனம் செலுத்தியது. அப்போது ரகசிய உளவுப்படையும் காவல் படையும் உருவாக்கப் பட்டு செயல்படத் துவங்கின.

★

13. குற்றமும் தண்டனையும்

ஒரு பக்கம் சோவியத்தின் வளர்ச்சிக்கு மக்களின் பெருந்திரளான பங்களிப்பு, மறுபக்கம் இத்தகைய வளர்ச்சிக்கு இடையூறு ஏற்படுத்தும் சதிப்பின்னங்கள்.

இவற்றை எதிர்கொள்வது ஸ்டாலினுக்கு பெரும் சவாலாகவே இருந்தது. இத்தகைய எதிரிகளை களையெடுத்தாலே அடுத்த ஐந்தாண்டுகளில் சோவியத் ரஷ்யாவை வல்லரசாக கொண்டு செல்ல முடியும் என்று தீர்மானித்தார் ஸ்டாலின்.

1937-ல் 'The Great Purge' எனும் சதிவேலை ஈடுபடும் எதிரிகளை களைத்தெடுக்கும் பணி தொடங்கியது.

இத்தகைய நடவடிக்கையினாலேயே ஸ்டாலினை ஒரு சர்வாதிகாரியாக காண்பித்தது மேற்குலக நாடுகள். இதற்கான காரணங்கள்

இரண்டு. தேசத்தின் வளர்ச்சிக்கு எதிராக செயல்படும் சக்திகளை அழித்தொழிப்பது.

இதன் மூலமே சோவியத் ருஷ்யாவில் வளர்ச்சியை பன்மடங்கு பெருக்க முடியும். முதல் வேலை சரியாகச் செய்தால்தான் இரண்டாம் கட்ட பணிகள் செவ்வனே நிறைவேறும்.

அதற்கான செயல்திட்டங்கள் வடிவமைக்கப்பட்டன. நம்முடைய முதல் இலக்கு யார்? எதிரியை அடையாளம் காண்பது எவ்வாறு? அவர்களை கண்டு கொண்டபின் அவர்களை வீழ்த்துவது எவ்வாறு? இத்தகைய காரியங்களை நிறைவேற்ற யாரை முன் நிறுத்துவது? இதனை வென்றெடுப்பது எப்படி?

ஆரம்பத்தில் கட்சியிலிருந்தே இப்பணியைத் தொடங்கினார். யார் யாரெல்லாம் அரசுக்கு எதிராகச் செயல்படுவது? அவர்களில் எவ்வளவு பேர் டிராஸ்கியின் கையாட்கள்? என்று தேடினர். இந்தப் பட்டியல் மிக நீளமானதுதான்.

ஸ்டாலின் தன் ஆதரவாளர்களுடன் பொறுமையாக ஆலோசித்தார்; ஆராய்ந்தார்;

அவர்களை அழைத்துப் பேசி கட்சியிலிருந்து நீக்கி வீட்டுக்கு அனுப்பி வைத்தனர். சிலரை வீட்டுக் காவலில் வைத்தனர். தீவிரமாக ஈடுபட்டோரை சிறைக்கு அனுப்பி வைத்தனர். இப்படி களையெடுப்பில் சிக்கியவர்கள் சுமார் நான்கு லட்சம்.

முதல் வேலை முடிந்தது. அடுத்தக் கட்டமாக...

பின்னாளில் Mascow Trials என்று அழைக்கப்பட்ட விசாரணை வளையங்கள்.

முதல் மாஸ்கோ விசாரணை 1936 :

முதற்கட்ட விசாரணையில் கண்டெடுக்கப்பட்டவர்கள் மொத்தம் 16 பேர். இவர்கள் டிராஸ்கியவாதிகள் என்று அறியப்பட்டவர்கள். இவர்களில் முக்கியமானவர்கள் க்ரிகோரி ஜிரோவியேவ், லெவ் காமனேவ் இருவரும் கட்சிப் பொறுப்பில் இருந்தவர்கள்தான். மக்களால் அறியப்பட்டவர்கள் தான். குற்றம் சுமத்தப்பட்டு மரண தண்டனை விதிக்கப்பட்டது.

இரண்டாம் மாஸ்கோ விசாரணை 1937 :

இதில் சிக்கியவர் 17 பேர் இவர்களில் பதின்மூன்று பேர் துப்பாக்கியால் சுட்டுக் கொல்லப்பட்டனர். மீதம் 3 பேர் சிறையில் அடைக்கப்பட்டனர். பின்னர் கால மாற்றத்தில் மடிந்தும் போயினர்.

மூன்றாம் மாஸ்கோ விசாரணை 1938 :

மொத்தம் இருபத்தோரு பேர் சிக்கினர். டிராஸ்கியவாதிகள் என தங்களை அடையாளப்படுத்திக் கொண்டவர்கள். புகாரின் தலைமையின் செயல்பட்ட இயக்கத்தைச் சேர்ந்தவர்கள். (Bloc of Rishtistsand Trotskyites). இவர்களில் ஒருவர் முன்னாள் பிரதமர். அனைவருக்கும் மரண தண்டனை.

இவர்களில் புகாரினும் ஒருவர். டிராஸ்கியைப் போலவே ஸ்டாலினுக்கு எதிராக கடுமையான குற்றச் சாட்டுகளை வைத்தவர். டிராஸ்கியை விட அதிகமாகப் பேசப்பட்டவர்.

ஆரம்பக் கட்டத்தில் டிராஸ்கியை மிகவும் மதித்தவர் ஸ்டாலின். 1934-ஆம் ஆண்டிலேயே அவரது தவறுகளை சுட்டிக் காட்டி மன்னித்து விட்டார். மேலும் இஷ்வெஸ்டியா எனும் பத்திரிகையின் ஆசிரியராக, புகாரினை நியமித்தார். ஆனால் சோவியத்துக்கு எதிராக இவர்கள் தொடர்ந்து இயங்கி வந்தது கண்டறியப்பட்டது. தவிரவும் அரசாங்கத்தை கவிழ்க்க சதிவேலைகள் செய்ததும் கண்டுணர்ந்தது. 1937-ல் புகாரின் கைது செய்யப்பட்டு மூன்றாம் விசாரணையின் போது மரண தண்டனை வழங்கப்பட்டு சுட்டுக் கொல்லப்பட்டார்.

மாஸ்கோ விசாரணை கடுமையான விமர்சனத்துக்குள்ளானது.

ஸ்டாலின் தனது அதிகாரத்தை தவறாகப் பிரயோகித்து தனது எதிரிகளை கொன்றழிக்கிறார் என டிராஸ்கிஸ்ட்வாதிகளும், மேலை பத்திரிகை உலகமும் குற்றம் சாட்டியது.

அதே பொழுதில் ஸ்டாலினுக்கு ஆதரவாகவும், அவரது துணிச்சலான நடவடிக்கையே சோவியத் மக்களையும் வளர்ச்சியைக் காப்பாற்றும். இது சரியே என பேசினர்; எழுதினர்.

குற்றம் சாட்டப்பட்டவர்கள் தாங்களாகவே முன்வந்து எதிரான சதி வேலைகளை ஒப்புக் கொண்டனர். அதற்குரிய சட்டப்படி தண்டனைகளை பெற்றனர்.

ரஷ்யாவின் உளவு நிறுவனமான கே.ஜி.பி. ஆவணங்களின் உண்மைத் தன்மை சாட்சியத்தையும் முன்வைத்துள்ளது.

குற்றம் சாட்டப்பட்ட அனைவரும் கடுமையான சித்ரவதைக்கு ஆளாயினர். மன ரீதியாகவும் உடல் ரீதியாகவும் துன்புறுத்தப்பட்டனர்.

மேலும் OGPU- அமைப்பின் தலைவர் அலெக்சாண்டர் ஓர்லோவ் தன் குறிப்பில் :

"குற்றத்தை ஏற்றுக் கொள்ளச் சொல்லி கைதிகளை அடித்தார்கள். தூங்க விடாமல் செய்தார்கள். குற்றங்களை ஒப்புக் கொள்ளாவிட்டால் குடும்பத்தினரும் அல்லலுறுவார்கள் என்று மிரட்டினர். அவர்கள் மீதும் வழக்கும் பதிவு செய்யப்பட்டது.

மாஸ்கோ விசாரணை டிராஸ்கி ஆதரவாளர்கள் கடுமையாக எதிர்த்தனர். காரணம், இந்த விசாரணையில் டிராஸ்கியின் பெயரே முன் நிறுத்தப்பட்டது. குற்றம் சாட்டப்பட்ட அனைவருமே டிராஸ்கியின் ஆதரவாளர்களே.

மே 1937-ஆம் ஆண்டு அமெரிக்காவில் உள்ள டிராஸ்கியவாதிகள் தனி விசாரணை கமிஷனை ஆரம்பித்தனர்.

இதற்கு 'டவே கமிஷன்' (Deway commisson) என்று பெயர். இதற்குத் தலைமை தாங்கியவர் ஜான்டாவே (John Deway) புகழ் பெற்ற அமெரிக்க தத்துவ அறிஞர், கல்வியாளர்.

இவரது பணி டிராஸ்கியை குற்றமற்றவர் என்பதை நிரூபிப்பதுதான். எனவே, மாஸ்கோ விசாரணையில் குற்றம் சாட்டப்பட்டவர்கள் அனைவருமே நிரபராதிகள்தானே என நானூறு பக்கங்களுக்கு மேல் கொண்ட விசாரணை அறிக்கை நூலை வெளியிட்டது.

அதே பொழுதில் 1934-ல் நடைபெற்ற பதினேழாவது கம்யூனிஸ்ட் மாநாட்டில் கலந்து கொண்ட 1966 பேரில் கட்சிக்கு எதிராகச் செயல்பட்ட வர்கள் 1108 பேர் சிறையில் அடைக்கப்பட்டனர் என்பது குறிப்பிடத் தக்கது.

இதில் முன்னாள் பண்ணையாளர்கள், எதிர்ப்புரட்சிக் குழுக்கள் சோவியத் விரோதிகள் இவர்கள் அத்தனைப் பேரையும் களையெடுக்க முயற்சிகள் மேற்கொள்ளப்பட்டன.

NKVD உத்தரவு எண் 00447, ஜூலை 30, 1937-ல் இந்த அறிக்கை தயார் செய்யப்பட்டது. இதனைத் தயாரித்தவர் போல்ஷ்வீக் தலைவர்களில் ஒருவரான நிக்லோய் யேவ்ஷேவ். (Nikolai yezhor)

இதனைச் செயல்படுத்த NKVD troikas எனும் குழு ஏற்படுத்தப்பட்டு ஒவ்வொரு குழுவுக்கும் மூன்று பேர் வீதம் துரிதமாகச் செயல்பட்டு தண்டனைகளை நிறைவேற்றி வைப்பது இவர்களது பொறுப்பு.

தண்டனை என்பதே மரண தண்டனைதான். எந்தெந்தக் குழு எந்தெந்த தேதிகளில் என்னென்ன செய்ய வேண்டும் என்ற உத்தரவு அவ்வப்போது பிறப்பிக்கப்படும். இந்தக் குழுக்களும் ரகசியமாகவே செயல்படும்.

இது இரண்டு குழுக்களாக பிரிக்கப்பட்டு, சோவியத்துக்கு எதிரானவர்கள் என்ற ஒரு குழு, கொழுத்த பண்ணையாளர்களின் செயல்பாடுகள் குறித்த குழு.

சோவியத்துக்கு எதிரானவர்கள் அனைவரும் சுட்டுக் கொல்லப் பட்டனர். பண்ணையார்கள் தண்டிக்கப்பட்டு சிறையில் அடைக்கப் பட்டனர். இது ஒவ்வொரு மாநில அளவிலும் இயங்கியது. பைலோ ரஷ்யாவில் மட்டும் 12000 சோவியத் எதிரிகள் கண்டுபிடிக்கப்பட்டனர்.

ஆகஸ்ட் 1937-ல் மொத்த 1 லட்சம் பேர் சிறைபிடிக்கப்பட்டனர்.

களையெடுப்புக்கு NKVD தலைமைப் பொறுப்பை ஏற்ற நிகோலாய் யேஷேவ் நீக்கப்பட்டு பின்னர் அவரும் சுட்டுக் கொள்ளப்பட்டார். இதுதான் புரியாத புதிர்.

இத்தகையச் செயல்கள் ஒரு போரின் எதிராளிகளை இனம் கண்டு ஒழிப்பது போலவே செயல்படுத்தப்பட்டது. இதனை டிராஸ்கியவாதிகள் உலகம் முழுக்க கொண்டு போய் அலறின ; அலற வைத்தன.

உலகில் மேற்குலக பத்திரிகையில் கடுமையாக கண்டித்தும்; ஸ்டாலினின் 'சோசலிச நாடக மாற்றும் ஸ்டாலின் சர்வாதிகாரம்' என தலைப்பிட்டு கட்டுரைகள் வந்தன.

இத்தனைச் செயல்களுக்கு ஸ்டாலின் மட்டுமே பொறுப்பா? இதற்கு ஸ்டாலின் பதில் என்ன? இதனை முன்னின்று நடத்தியது ஸ்டாலின்தானா? என்ற கேள்விகள் தொடர்ந்து பல்லோரால் முன்வைக்கப்பட்டது.

இத்தகைய களையெடுப்புத் தொடங்கி ஓராண்டுக்கு பின் 1938-ல் கட்சியின் மத்தியக் குழு ஓர் அறிக்கையை சமர்ப்பித்தது. அதில் :

"கட்சியில் ஊடுருவியுள்ள எதிரிகளை வெளியேற்றும் நடவடிக்கைகளில் பல குளறுபடிகள் நடந்து வருகின்றன. பல தவறுகளும் அத்துமீறல்களும் நடந்தேறின. ஆகவே இந்த விஷயங்களை கட்சியின் தலைமைக்கும் கொண்டு செல்ல வேண்டும். தவிரவும் உண்மையான எதிரிகள் பலர் தண்டிக்கப்படாமல் தப்பித்தனர். அவர்களை பாதுகாக்கும் நோக்குடன் பலர் கட்சியில் செயல்பட்டுக் கொண்டிருக்கிறார்கள். தேவையில்லாமல் பல கம்யூனிஸ்ட் கட்சியிலிருந்து வெளியேற்றி இருக்கிறார்கள்."

- மொத்தத்தில் இந்த அறிக்கையிலருந்து கிடைக்கும் சாராம்சம் :

1. களையெடுப்புக்கு உத்தரவு இட்டது ஸ்டாலின் தான். ஆனால் ஒவ்வொரு விசாரணையின்போதும் ஒவ்வொரு முறை தண்டனைகள் அளிக்கப்படும்போதும் ஸ்டாலின் உடன் இருந்தார் என்று சொல்வது தவறானது.

2. சோவியத் கம்யூனிஸ்ட் இயக்கத் தலைவர்களிடத்தில் அவர் பொறுப்பை ஒப்படைத்தார். தண்டனைகள் நிறைவேற்றப்பட்டதற்கு அவர்களின் குளறுபடியான போக்கே காரணம்.

★

14

ஸ்டாலின் மதில்

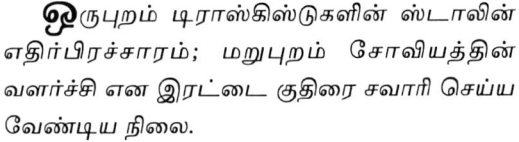

ஒருபுறம் டிராஸ்கிஸ்டுகளின் ஸ்டாலின் எதிர்பிரச்சாரம்; மறுபுறம் சோவியத்தின் வளர்ச்சி என இரட்டை குதிரை சவாரி செய்ய வேண்டிய நிலை.

டிராஸ்கி கும்பலின் அத்துமீறல்கள், சோவியத் வளர்ச்சியை பொய்யாக புணைந்து மக்களிடம் கொண்டு செல்லும் இவர்களின் கொட்டங்களை அழித்தொழிக்கும் முயற்சி என நடந்தன.

எதிரிகளின் செயல்பாடுகளை முடக்க ஸ்டாலின் முழு அதிகாரத்தை கட்சியிடம் ஒப்படைத்துவிட்டு சோவியத் நாட்டின் தொழில் வளர்ச்சி, விவசாய மேம்பாடு என தன் வழியில், லெனினிய வழியில் நாட்டை நடத்திச் சென்றார்.

இந்த காலக்கட்டத்தில்தான் குஸ்பாஸ்

வட்டத்தில் 250 லட்சம் டன் நிலக்கரி வெட்டி எடுக்கப்பட்டது. டான்பாஸின் 810 லட்சம் டன் உற்பத்தி செலியாபின்ஸ்க் கனிமங்கள் 50 லட்சம் வெட்டி எடுக்கப்பட்டது. காஜாக்ஸ்தானில் 40 லட்சம் டன். ஆக குஸ்பாஸும் மற்றும் பிற பகுதியில் எடுக்கப்பட்ட கனிம வளங்கள் ஐந்தாண்டு திட்டத்தில் பாதி பகுதியை செய்து முடிக்கப்பட்டது.

டான்பாஸ் நிலக்கரியில் பெரும்பகுதி உள்ளூர் தேவைக்கும், சோவியத் மக்களின் பயன்பாட்டுக்கும் செலவானது.

யூரல்ஸ், குஸ்பாஸ் கனிமவளங்கள் முழுவதும் ரஷ்யாவின் ஆயுத தளவாட உற்பத்திக்கு பயன்பட்டது.

இதுதவிர பிற புது இடங்களிலும் கனிமங்கள் வெட்டி எடுக்கப்பட்டன. சிலவற்றில் ஏற்கனவே வெட்டி எடுக்கப்பட்டு சோவியத்தின் பயன் பாட்டுக்கு சென்றடைந்தது.

கார்கண்டா பூத தத்துவ ஆராய்ச்சி நிலையம் கார்கண்டாவுக்கு கிழக்கே 30 மைல் தூரத்தில் சுமார் 12 கோடி டன் கிடைக்கும் என உத்தேசமாக கணக்கெடுத்தனர். யூரல்களில் உள்ள பஷீரா என்ற இடத்தில் 50 மீட்டர் ஆழத்திலேயே மூன்று சுவராகப் பிரித்து கனிம வளம் ஒன்றும் கண்டு பிடிக்கப்பட்டது. இதில் சுமார் 20 கோடி டன் கிடைக்கலாம். மேற்கு சைபீரியாவில் மட்டும் ஆண்டுக்கு 10 லட்சம் டன் கொடுக்க ஆரம்பித்தது.

நிலக்கரி மூலம் உபதொழில்கள் மாக்னிட்டோ கார்க்ஸில் முக்கியமான ரசாயனத் தொழில் ஆரம்பிக்க உதவியாக இருந்தது.

நிலக்கரியிலிருந்து நீர் வாயுவை பிரித்து அதிலிருந்து காற்றிலிருக்கும் நைட்ரஜன் வாயுவை சேர்த்துப் பருத்தி விவசாயத்திற்கு தேவையான, ஏற்ற உரமான வெடி உப்பு ஒன்றை தயார் செய்தனர். இந்த உரம் உஸ்பெக்ஸ்த் தான், தஜிக்கிஸ்தான், கஜகஸ்தான், மத்திய ஆசியா பகுதிகளுக்கு உபயோகப்படுத்தினர்.

இப்படி சோவியத்தின் கனிம வளங்களை, அதன் ஆதாரங்களை, பயன் பாடுகளை விஸ்தரிப்பதில் ஸ்டாலின் கவனம் செலுத்தினார். இதற்கு செம்படைத் தோழர்களும், மக்களும் தங்களின் அயராத உழைப்பை அர்ப்பணித்தனர்.

மற்றொருபுறம் இரண்டாம் உலக யுத்தத்துக்கான முனைப்புகளை

ஹிட்லர் திட்டமிட்டிருக்கும் காலத்திலே சோவியத் மக்களின் கனிமத் தேடல் தொடர்ந்து கொண்டே இருந்தது.

யூரல் - குஸ்பாஸ் பாதுகாப்பு யந்திர தொழிலும், தாமிரம், துத்தம் ஸ்லேட்டுகல்லும் கண்டெடுக்கப்பட்டது. இது தவிர தங்கம் - எண்ணெய் போன்றவையும் ஆய்வாளர்களால் கண்டுபிடிக்கப்பட்டது.

கஜகஸ்தான் என்ற பகுதி வனாந்தரம் மிக்க வறண்ட சமவெளி உள்ள பூமி பரப்பு. அங்கு முன்பு நாடோடியாகவே மனிதன் வசித்து வந்தான்.

ஸ்டாலினோ அப்பகுதியை யந்திர மயமாக்கி மக்கள் நிலையாக வாழ குடியமர்த்தி பெரிய அபிவிருத்தி பகுதியாக மாற்றி ஐரோப்பாவிலேயே பெரிய தொழிற்சாலையாக உருமாற்றினார்.

இதற்கு பெயர் கொன்ராட் தாமிரத் தொழிற்சாலை.

கஜகஸ்காதானில் உள்ள தாமிர கனிமவளங்களை பயன்படுத்த ஜார் சொர்ஸாக்பை தாமிரத் தொழிற்சாலை, ஜொன்ராட் ஜெஜஸ்தான் இணைந்து உலகத்திலேயே தாமிரம் உற்பத்தயை பெரிதாக நிறுவி இத்துடன் ஈயமும் எடுக்கப்பட்டது.

இன்னும் பிற இடங்களில் இரசாயன தொழிற்சாலையும், எண்ணெய் தொழிற்சாலையும் ஆரம்பிக்கப்பட்டது.

யூரல் - குஸ்டாஸ் பாதுகாப்புக்கான மையமாக விளங்கி, வால்கா பிராந்தியத்துடன் இணைந்தது. இங்குதான் சோவியத்தின் இரண்டாம் தலைநகரமாக குஜ்பிஷேவ் விளங்கியது.

இது நதிநீர் பாசனத்தை நம்பிய விவசாயப்பகுதி. இந்த நதி ஸ்டாலின் காலத்தில் தெற்கிலும் கிழக்கிலும் உள்ள உலோகத் தொழில்களாக உருமாறியது. பிற பகுதிகளான பிரெம், யாரொஸ்லாவி, ரைபின்ஸ்க், காஜான், கோர்கி, குஜிபிஷெவ் என்ற இடங்களில் யந்திர தளவாடங்கள் உற்பத்தி நிலையங்களாயின.

அப்போதைய சோவியத் அறிவியல் பல்கலைக்கழக துணைவேந்தரான அறிஞர் வி. கோமோரோவ், யூரல்ஸ் பாதுகாப்பு யந்திர தொழிற்சாலை களைப் பற்றி விவரிக்கும்போது அதை 'ஸ்டாலின் மதில்' என்றே கூறு கிறார்.

இதன் பின்னணி, மானர் ஹிம்லைன் டச்சு வாட்டர்லைன், மகினோலைன், காரே மதகு முதலியவை பற்றி அந்தந்த நாட்டுக்காரர் நம்பிக்கை முறிவதற்கு முன்பே ஸ்டாலின் அதனைத் தகர்த்து பாதுகாப்பை மதில் மதிலாக நிறுத்தி வெற்றி கண்டார்.

'அணியை உடைத்து விட்டோம்' என்ற ஹிட்லரின் அறிக்கைகள் பொய்க்கும் வண்ணம் ரஷ்ய மக்களின் ராணுவ மதில்கள் என்று அழைக்கப் பட்டவை ராணுவப் பகுதிகளாக மாறின.

அதாவது எதிரிகள் ஏதாவது ஒரு பகுதியில் புகுத்து சிதைத்தாலும் அதன் அமைப்பு குலையா வண்ணம் செய்யப்பட்ட ஸ்டாலின் ஏற்பாடு இது என்றே சொல்ல வேண்டும்.

குஸ்நெட்ஸக் - யூரல்ஸ் தொழிற்சாலைகளை தங்கள் எதிரியை நோக்கிப் பாயும் 'வில் அம்பின் நுனி' என்றால் கஜாக்ஸ்பிலும் மைய வால்கா பிரதேசத்தில் அதில் கட்டப்பட்ட மக்களின் வீச்சு என்றே சொல்லத்தகும்.

யுத்த காலத்தால் மாற்று வசதி கிடைப்பது என்பது உலக சரித்திரத்திலே இதுவரை நிகழாத காரியம் எனலாம்.

★

15

இட்லரும் – ஸ்டாலினும்

ஸ்டாலின் இட்லரின் 'எனது போராட்டத்தை' (Maincomp) ஊன்றிப் படித்தவர். மேற்கு ஐரோப்பாவைப் பற்றி இட்லர் என்ன திட்டங்கள் கொண்டிருந்தாலும் அவர் மேற்கு ருஷ்யாவைக் கைப்பற்றுவது மட்டும் உறுதி என்பதை ஸ்டாலின் அறிந்திருந்தார்.

காலம் கனிகின்ற நிலையில் இட்லர் ருஷ்யாவுடன் செய்திருந்த ஒப்பந்தங்களை உதறித் தள்ளிவிட்டு, இப்பொழுது செய்திருந்த நட்புறவுகளை தள்ளிவிட்டு தாக்குதலில் ஈடுபடுவான் என்று உறுதியாக நம்பினார்.

அந்த அவலமான நாள் வருவதற்கு முன்னதாகவே ஜெர்மனியின் படைக்கும் ருஷ்ய பூமிக்கும் இடையில் ஒரு பாதுகாப்பு சாலையை அமைப்பது நல்லது; கிழக்கு போலந்தை

ஒட்டிய நீண்ட பகுதியை இதற்கு பயன்படுத்துவது நல்லது என்று முடிவு செய்தார்.

இதற்காகப் பால்டிக் நாடுகளையும் பயன்படுத்தலாம் என்று முடிவு செய்தார். எனவே ஸ்டாலின ஜெர்மனியுடன் ஒப்பந்தம் செய்த அதே வேளையில் எஸ்தானிவுடனும் ஒரு பரஸ்பர உதவிக்கான ஒப்பந்தத்தை செய்து கொண்டார்.

இதன்மூலம் எஸ்தோனியாவில் ருஷ்யர்கள் கடல் தளங்களையும், விமான தளங்களையும் நிறுவ ஏற்பாடு செய்தார். மேலும் ருஷ்யாவுக்கு மூன்று நாட்களுக்கும் பின்னர் லாத்வியாவும் அதே போன்ற ஒப்பந்தத்தை முடித்தார்.

அதேபோல பின்லாந்து ஒப்பந்தத்துக்கு முயற்சிக்க அது தோல்வியில் முடிந்தது. எனவே நவம்பரில் ருஷ்யா தனது எண்ணத்தை அடைய படை கொண்டு நிறைவேற்ற முடிவு செய்தார். ஆயினும் பின்லாந்து ருஷ்யப் படை களை முறியடித்தன. ஸ்டாலின் நிலை தர்மச் சங்கடத்துக் குள்ளானது.

ருஷ்யாவின் இந்தப் பின்னடைவைக் கண்டு உலகமே வியந்தது. ஸ்டாலின் தனது முழு படைபலத்தையும் வெளிப்படுத்தி, இட்லரை கிளறி விட விரும்பவில்லை. ருஷ்யப் படையின் பலத்தை குறைத்து எடை போட வாய்ப்பளிக்கும் பட்சத்திலேயே தனது முழு உருவத்தைக் காட்ட முடியும் என்பதே ஸ்டாலின் திட்டம்.

ஆனால், பின்லாந்து விவகாரம் இழுப்பறியாக இருந்ததோடு அந்த சிறுநாட்டின் வீரத்திற்கு உலகத்தின் பரிவும், ஆதரவும் பெரும் அளவில் கிடைத்துக் கொண்டிருந்தன.

இத்தாலிய வான்படையும், ஸ்வீடனின் தொண்டர்களும் அதற்கு துணை நின்றனர். பிரிட்டனும் படைக்கலங்களையும் தளவாடங்களையும் பின்லாந்தில் குவித்தார்.

நார்வேயிடம் தன் அவசரப் படையை அனுமதிக்க கோரியது. நார்வே மறுத்தது. இது பிரிட்டனின் நல்ல காலம் போலும்.

போரை விரைவில் முடிக்க விரும்பிய ஸ்டாலின், 1940 ஆண்டு பிப்ரவரியில் தனது கனரக ஆயுதப் படை கொண்டு பின்லாந்தின் தற்காப்பு

படைகளை தகர்த்தார்.

மே திங்கள் 12-ஆம் நாள் சமரச உடன்படிக்கை கையெழுத்தானது. பின்லாந்து வளைகுடாவில் ருஷ்ய கடற்படை, வான்படைத் தளங்களை பெற்றது. இது தவிர கரோலின் பூ சந்தியை அடுத்திருந்த நிலமும் ஜெர்மனியின் கையில் விழாதபடி காப்பாற்றப்பட்டது.

பின்லாந்தின் போரின் விளைவுகள் மிக முக்கியமானவை. ருஷ்யாவின் தொடக்க காலத் தோல்வி அதன் ராணுவ பலம் வன்மையாக இல்லை என்ற கருத்தை உறுதிப்படுத்தியது.

பொதுவுடைமையின் எதிரியான சர்ச்சில், ருஷ்யாவின் எதிரியான சர்ச்சில், ருஷ்யாவின் தோல்விக்குப் பொதுவுடைமைத் தத்துவத்தின் கீழ் ருஷ்ய மக்கள் நலிவுற்றதுதான் காரணம் என்று குறிப்பிட்டார்.

சர்ச்சிலைப் போலவே இட்லரும் ருஷ்யாவின் உண்மையான பலத்தைப் பற்றி தப்புக் கணக்குப் போட்டார். இதன் அடிப்படையில்தான் இட்லர் கிழக்கில் தமது கவனத்தை செலுத்தினான்.

ஆனால், மேலை நாடுகளையும், இட்லரையும் போல் ஸ்டாலின் தமது முதல் தோல்வியைப் பற்றி தவறான எண்ணம் கொள்ளவில்லை. பின்லாந்து படையெடுப்பில் ஏற்பட்ட குறைபாடுகளை களைய அதில் காணப்பட்ட குளறுபடிகளை காரணங்களை அறிய ஈடுபட்டார்.

★

16. ஜெர்மானியர்களின் ஊடுருவல்

1941-ஆம் ஆண்டு ஆகஸ்ட் மாதம் இறுதியில் மய்ய வால்காவை நோக்கிச் செல்லும் ரயில் நிலையத்துக்கு அநாதை கூட்டம் ஒன்று சாரை சாரையாக புறப் பட்டனர். அது 4 லட்சம் பேர் கொண்ட மக்கள் திரள்.

துணிமணிகளை தலையில் சுமந்தபடி ஆடு, கோழி, பசு, நாய் முதலியவற்றை இழுத்துக் கொண்டு முகத்தில் சோகத்துடன், வீடு வாசல் களை விட்டு விரட்டப்பட்டவர்கள்.

இவர்கள் ஜெர்மன் மக்கள். சுயாட்சியுடன் அமைந்த ஜெர்மானியர் வாழும் வால்கா குடியாட்சியின் மக்களாவர்.

சோவியத் அரசுச் சட்டம் இவர்களை அதாவது புலம் பெயர்ந்தவர்களை சைபீரியா வுக்கு போய்விட வேண்டும் என்று கட்டளை

பிறப்பித்தது. இந்த ஜெர்மானிய மக்களின் சரித்திரம் பழமையானது. ஜெர்மனியில் மதத் துவேஷம் தலை தூக்கி சித்ரவதைக்கு உள்ளாயினர். இது நடந்தது 1762களில்.

அப்போது ரஷ்யாவை ஆண்ட இரண்டாவது காதைரைன் என்ற ராணி இவர்களை அழைத்து வால்காவில் குடியேறச் செய்தார். அப்போது அவர் களின் தகுதிக்கேற்ப ஒவ்வொருவருக்கும் 70 முதல் 150 ஏக்கர் வரை நிலம் வழங்கப்பட்டது.

இவர்களின் இறை தேடலுக்கும், வரிவிதிப்புக்கும் வழங்கி பிரஜை களாக்கினார். வெகு சீக்கிரத்தில் தங்கள் திறமையால் ரஷ்யாவை விட சீரும் சிறப்பும் கொண்ட மிராசுதாரர்கள், பிரபுகள், பிறப்புகளாக மாறினர்.

இதில் ஏழைகள் அதாவது சொற்ப நிலமுடையோர் ரஷ்யப் புரட்சியை ஆதரித்தனர். அதே சமயம் நிலத்தை பொதுவுடைமை யாக்குவதை எதிர்த்தனர்.

புதிய பொருளாதார கொள்கை ஸ்டாலினால் வழங்கப்பட்டபோது இவர்கள் மேல்நிலைக்கு வந்தனர்.

1930களில் கூட்டு பண்ணை முறை அமுலுக்கு வந்தபோது இவர்கள் கால்நடைகளை கொன்றும் தான்யங்களை அழித்தும் முட்டுக் கட்டை போட்டனர். 1930-32 களில் வால்காவில் ஏற்பட்ட பஞ்சத்துக்கு இவர்கள் பெரும் காரணிகளாக இருந்தனர்.

அப்போது ஸ்டாலின் தலைமையிலான சோவியத் அரசு மதத்தையும் அரசு நிர்வாகத்தையும் பிரித்து விட்டிருந்ததாலும், ஜெர்மன் தூதரான வான்ஸ்கூலன்பர்க்குகள் வாய்மொழியாகச் செய்துக் கொண்ட ஒப்பந்தப் படி, வால்கா குடியாட்சி ஜெர்மன் கிறித்துவ மதபோதகர்களுடன் தொடர்பு கொள்ள வழி ஏற்படுத்திக் கொடுத்தனர்.

இதில், ‘டையன்ஸ் இம் ஆஸ்வந்த்’ என்பது ஜெர்மன் பிரச்சார நிறுவனம். ஹிட்லர் ஜெர்மனில் அதிகாரத்தைக் கைப்பற்றியதுடன் வெளிநாடுகளில் வாழும் ஜெர்மானியர்களுடன் தொடர்பினை ஏற்படுத்தி அவருக்கு ஆதரவாகச் செயல்படத் துவங்கியது. அதற்கான பலனும் ரஷ்யாவில் வாழும் ஜெர்மன் மக்களிடத்தில் ஊடுருவி செயல்பட்டனர்.

ஸ்டாலினுக்கு இது ஒரு பக்கம் பெருந்தலைவலியாய் மாறியது. வால்காவில் ஊர்ச் சுற்றும் நாடக கம்பெனிகள், நடிகர்கள் முதலியோரை தன் பக்கம் இழுத்து பெரும் தொல்லைக்கு தள்ளப்பட்டது.

இதனின்று விழித்தெழுந்த ஸ்டாலின் வாய்மொழி ஒப்பந்தத்தை ரத்து செய்ததோடு, லெனில் கிராடில் உள்ள ஜெர்மன் சர்ச் தலைவர்கள் கைது செய்யப்பட்டனர். ஒடெஸ்ஸா, நீப்பர் பிராந்தியங்களில் ஒற்றர்கள் வளைக்கப்பட்டு வேறு இடங்களுக்கு மாற்றப்பட்டனர்.

ஆயினும் ஜெர்மனியர்கள் சிலர் சோவியத் நிலைப்பாட்டை ஆதரித்தனர். என்ஜல்ஸ், மார்கஸ்டாட் போன்ற நகர்களில் இது ரஷ்ய மக்களைப் போலவே வாழ்ந்தனர்.

இரண்டாம் யுத்தக் காலத்தில் இவர்களது போக்கு சங்கடமாக்கியது. யுத்தம் ஆரம்பமாவதற்கு ஐந்து ஆண்டுகளுக்கு முன்பிருந்தே சோவியத் அரசை பலப்படுத்தும் நோக்கில் செயல்படுத்தினர்.

ஸ்டாலினுடைய சமாதானக் கொள்கை வெளிநாட்டு உறவுகளில் அதிகார சமத்துவத்தை அடிப்படையாகக் கொண்ட ஒரு கொள்கையை கையாண்டனர். இதன் மூலம் தேசப் பக்தி சோவியத் மக்களுக்கு முக்கிய மாக மனத்தில் விதைக்க வேண்டும் என்றும் விரும்பினார்.

வால்காவில் வாழ்ந்த ஜெர்மானியர், ஜார் அரசர்கள் காலத்தில் கௌரவிக்கப்பட்டனர். போல்ஸ்வீக் கட்சி அவர்களை தனிமைப் படுத்தியே பார்த்தது. மேற்கே ஹிட்லரின் வெற்றிகள் இந்தத் தனிமை உணர்ச்சியை இன்னும் அதிகப்படுத்தியது.

இது படிப்படியாக ஜெர்மன் விசுவாசிகளாக ஹிட்லரின் அபிமானி களாக மாறச் செய்தது அவர்களை.

இதனால் வால்கா, ஜெர்மானியரை இடம் மாற்றியது. இவர்கள் இடம் பெயர்ந்த இரண்டு மாதங்களில் சோவியத் அரசு புராதன பெயரான ‘ஸமாரா குஜ்பிஷெவு’ என்று பெயரிட்டது.

லெனின் கிராடுக்கு மாஸ்கோ எப்படியோ, அப்படி குஜ்பிஷெவுக்கு மாஸ்கோ. ஸ்டாலினின் மாஸ்கோ முனையை வட்டச்சுற்று எல்லையாகக் கொண்ட ஒரு பெரிய பொருளாதார சக்கரமாக உருமாற்றினார்.

இந்நகருக்குச் சுற்றுவட்டாரம் 1400 மைல்கள் தான். குறிப்பிட்ட சகல வசதிகளும் செய்யப்பட்டது.

வடகிழக்கில் பெரேஸ்நிக்கி ரசாயனத் தொழிற்சாலை ; செவிலிபின்ஸ்க் டிராக்டர், டாங்கி தொழிற்சாலை, ஸ்வெர்ட்ஸ் லோவஸ்க் யந்திரக் கருவி உற்பத்தித் தொழிற்சாலைகள், வடமேற்கில் கோர்க்கி (மார்க்கிஸம் கோர்கி பெயரில்) மோட்டர் விமானத் தொழிற்சாலைகள்; மேற்கே ஸின்ரான் எண்ணெய்த் தொழில்; கிழக்கே பக்ஷீராவிலும் உவா எண்ணெய் கிணறுகள்; கிழக்கில் இன்னும் சுற்றித் தள்ளி மாக்னிட்டோ கார்ஸ்க் உருக்கு இரும்பு குழாய்கள், தளவாடங்கள், யந்திரக் கருவிகள், அலுமினியம் முதலியவை உற்பத்தி செய்யப்பட்டன.

மேலும் தென்கிழக்கில் எம்பா எண்ணெய் கிணறுகள், கொன்ராட் தாமிரத் தொழிற்சாலை, ரிட்டர் ஈயத் தொழிற்சாலை, கார்கண்டா நிலக்கரிச் சுரங்கங்கள், அக்யூ பின்ஸிக் பாஸ்பேட் கனிமா வளங்கள், குஜ்பிஷெவுக்கு 550 மைல் தொலைவில் மாஸ்கோவுடன் தொடர் கொண்டிருந்தாலும் ஜெர்மனியர்களுக்கிடையில் ராணுவமும் நின்றது. ஆயினும் தொழிற்புரட்சி ஒருபக்கம் நடைபெற்றே வந்தன.

1935-ஆம் ஆண்டு டானட்ஸ் விவசாயத்தில் அலெக்ஸி ஸ்டாக்கனொவ் என்ற நிலக்கரிச் சுரங்கத் தொழிலாளி சாதாரணமாக ஐந்து ஷிப்ட்டுகளில் செய்ய வேண்டிய வேலையை ஒரே ஷிப்டில் செய்து காட்டியதுடன் அதில் அவன் உபயோகித்த கலையை விரிவுபடுத்தினான்; பிரபலமானான்.

அதேபோல் ஐ. குட்னோவ் என்ற உலோகத் தொழிலாளி சோவியத் சுப்ரீம் கவுன்சில் அங்கத்தினர். சக்கரத்தின் பல்பட்டை தீட்டும் ஜெர்மன் யந்திரத்தில் அது செய்யக் கூடிய வேலைக்கு 14 மடங்கு அதிகமாக செய்து காட்டினான்.

இப்படி எந்தத் துறையில் ஆகட்டும் தொழில் வளர்ச்சிக்கு வசதி மேம் பட்டது. யூரல்ஸ் யுத்தத் தொழிற்சாலைகளில் இந்த முறை பைக் கையாண்டு தொழிலாளர் ரகவாரியாக பிரிக்கப்பட்டு சோவியத்தின் தொழிற் வளர்ச்சியை வேகப்படுத்தினர்.

யூரல்ஸ் மலைப்பகுதியில் தொழிற்சாலைகள் முழுதும் யந்திரமாக்கப் பட்டு மனித சக்தியின் அனைத்து பலன்களையும் பெறுவதற்கு ஏற்பாடு செய்தனர்.

அமெரிக்க என்ஜினியர்கள் அஸ்திவாரம் போட்டுக் கொடுத்த மாக்னிட்டோ கார்ஸ்கிலும் சோவியத் தொழிலாளர்கள் இந்த நூதன முறையை பயன்படுத்தினர்.

காஜாக்ஸ்டான், சைபீரியா, பக்ஷீரா ஆகிய பகுதிகளில் இந்த நகருக்கு வந்து தொழிற்பயிற்சி பயின்றனர்; அங்கேயே தங்கினர்.

அதேபோல் உக்ரேனியனும் போலந்தில் ரஷ்ய குடிமக்களும் ஜியாஜியக் காரர்களும், யூதனும், துருக்கோமன் பகுதி மக்களும் இணைந்து சோவியத் யுத்தத் தொழிற்சாலையை, தொழிலை மிக விரிவுபடுத்த ஒன்றுபட்டனர்; உழைத்தனர்.

1939-ஆம் ஆண்டு மாக்னிட்டோ கார்ஸ்க் முழு வடிவம் பெற்றது. அதிலே நூற்றுக்கணக்கான தொழிலாளர் வீடுகள், நந்தவனங்கள், மின்சார சக்தி யந்திரங்கள், ஏழு மருத்துவமனைகள், 26 குழந்தை வளர்ப்பு நிலையங்கள் கால் ஊன்றின.

இதற்கெல்லாம் வித்திட்டு, ஊக்கப்படுத்தியவர் ஸ்டாலினின் வேற்றுமையில் ஒற்றுமை, சமாதானம், நல்லெண்ணம் என்ற வித்துக்களே என்பதே பொருந்தும்.

★

17

ஹிட்லரின் நரித்தனம்

ஸ்டாலின் ஐந்தாண்டு திட்டங்களுக்கு ஆரம்பக் காலத்தில் வெளிநாட்டு உதவிகள் கிடைத்தன.

1927 முதல் 1938-ஆம் ஆண்டு வங்கிக் கணக்குப் பங்குகளை விற்றும் உற்பத்தி செய்யும் எந்திரங்களை ஏற்றுமதி செய்தும் திட்டங்கள் தீட்டிக் கொடுத்ததும் வெளிநாட்டு என்ஜினியர்கள் சோவியத் சுப்ரீம் கவுன்சிலுக்கு மிகவும் ஒத்துழைத்தார்கள். இந்த ஐந்தாண்டு திட்டங்களுக்கு அவர்களே முன்னோடி எனலாம்.

சோவியத் அரசும் இவர்களுக்கு விசேஷ வசதிகளை செய்து கொடுத்தது. அவர்களது ஒப்பந்தக் காலம் முடிந்ததில் அந்த இடத்தில் சோவியத் நிபுணர்கள் அமர்த்தப்பட்டனர்.

அடிப்படையில் மேற்குலக நாடுகளின்

தொழில் முறையில் ரஷ்யாவுக்குப் புரிதல் இருந்தது.

1922-ல் ஏப்ரல் மாதங்களில் ஜெனோவாவில் கூடிய சர்வதேசப் பொருளாதார மாநாட்டுக்கு சோவியத்தின் தூதராக கிர்செலின் ஜெர்மனியுடன் ரப்பாலோவல் ஒரு நேச உடன்படிக்கை செய்து கொண்டார்.

அதாவது, பரஸ்பர பொருளாதார கட்டமைப்புக்கு உதவ ஒப்பந்தம் அது. சோவியத் தொழில்களின் மறு கட்டமைப்புக்கு ஜெர்மன் ஆலோசனை வழங்கியது. அன்று முதல் ஹிட்லர் அதிகாரத்துக்கு வரும் வரை ஜெர்மன் பொறியியல் வல்லுநர்களும், யந்திர உற்பத்தி நிபுணர்களும் சோவியத் யூனியனில் பணியாற்றினர்.

அப்போது புரட்சி, தேசத்தின் உள்ள வறுமையும், ஏழ்மையும் 'வேர் ஸேல்ஸ்' ஒப்பந்தத்தினால் ஏற்பட்ட வசதியின்மையே இதற்குக் காரணம் எனலாம்.

ஜெர்மனின் யந்திர தொழில்நுட்பம் ஓங்கிய நாளிலிருந்து அதாவது 19-ஆம் நூற்றாண்டிலிருந்து, ரஷ்யாவுக்கான இறக்குமதி பொருள்கள் ஜெர்மனியிலிருந்தே வந்தன.

ஜெர்மன் - ரஷ்ய அரசுகளின் பரஸ்பர உடன்படிக்கைகளின்படி அவர்கள் தொழில்நுட்ப அறிஞர்களின் கூட்டுறவில் அமைந்தது. எய்ன்ஸ்டீன், ஆர்க்கோ, மாட்செஸ் ஆகிய பிரபல ஜெர்மானிய பேராசிரியர்கள் இந்தக் கலாச்சார உறவுக்குக் காரணமாயினர்.

ஜெர்மன் பேராசிரியர்கள் ரஷ்ய தொழில்நுட்ப அறிஞர்களுக்கு விமானம் கட்டமைப்பு, எந்திர சாதன வடிவமைப்பு, விவசாய மேம் படுத்தல் ஆகியவற்றைப் போதித்தனர்.

இதன் வழியே பொருள்கள் உற்பத்தி செய்யப்பட்டு வர்த்தகமும் தொடர்ந்தது; செழித்தது. பிராண்டை என்ற விமான வடிவமைப்பின் என்ஜினியர் ஜங்கா விமானக் கம்பெனியும், பிறகு ஹீப்களும் போர்னியரும் சோவியத் யூனியனுக்கு விமான வடிவமைப்பு உரிமைகளை வழங்கினர்; விற்றனர்.

ஜெர்மானிய ஆயுத உற்பத்தி முடங்கியதால் ரஷ்யாவுக்கு விமான தொழிற்சாலைகளை தொடங்க உதவினர். குருப்ஸூம், எஸ்ஸெனும்

உயர்ந்த ரக இருப்பு உருக்கு வார்க்கும் முறையை அவர்களுக்குக் கற்றுத் தந்தனர்.

பின்னால் இதனை ஜெர்மன் அபிவிருத்தி செய்து அங்கு 'கோலோன் மோட்டாரன் வாப்ரீக்' கம்பெனியை உருவாக்கி, இணைந்து டீசல் என்ஜின் இணைந்த 50 டன் டாங்கிகளுக்கு கவசமாய் அமைந்தது.

ஹிட்லர் அதிகாரத்துக்கு வந்தவுடன் முதல் வேலையாக ரஷ்யாவி லிருந்த ஜெர்மன் என்ஜினியர்களைத் திரும்ப அழைத்துக் கொண்டான். ஆனாலும், ரஷ்யாவின் உதவி அவனுக்குத் தேவைப்பட்டது.

எனவே, ரஷ்யாவுடன் கொடுக்கல், வாங்கல் ஒப்பந்தத்தினை ஒரு கோடியே 70 லட்சம் பவுனுக்கு செய்து கொண்டார். இது நிகழ்ந்தது 1935-ஆம் ஆண்டு ஏப்ரல் 9-ஆம் தேதி.

அதன்படி, வரும் வருவாயில் 43 சதவீதம் 'ஸ்டாங் கோயிம் போர்ட்' என்ற சோவியத் யந்திரக்கருவி இறக்குமதி டிரஸ்ட் கம்பெனி கோரிய தளவாடப் பொருட்கள் அனுப்பப்பட்டது.

மேலும், 40% மூலப்பொருட்கள், அதாவது விமான என்ஜின்கள் வாங்க சோவியத் அரசு ஒப்புக்கொண்டது.

இதன் மூலம் ஹிட்லர் 'மூலப்பொருட்கள்' கொள்முதல் செய்ததுடன் ரஷ்யாவிலிருந்து வரும் என்ஜினியர்களிடமிருந்து சோவியத் அரசின் செயல்பாடுகள், டிராஸ்கின் ஆதரவாளர்களுடன் சேர்ந்து கொண்டு அங்கு உள்ள நிலவரங்களை உளவு பார்த்தான்.

அதேசமயம் ஸ்டாலின் இதனை உணர்ந்து கொண்டு ஜெர்மன் என்ஜினியர்கள் யூரல்ஸ் மலைக்கு மேற்கிலேயே இருக்கச் செய்து ஓரம் கட்டினார். கிழக்கில் என்ன மாதிரி இயற்கை சூழல் மாறும் என்பது அவர் களுக்குத் தெரியாது.

ரஷ்யாவிலிருந்து திரும்பிய ஒவ்வொரு ஜெர்மன் பொறியாளரும் கெஸ்டபோ காவல் துறையினரிடம் ரஷ்யாவைப் பற்றி அரசியல் நிலவரங்களை சொல்லவும் நிர்ப்பந்திக்கப்பட்டனர்.

ஹிட்லருக்கு உக்ரைனின் இயற்கை வளம் நன்றாகத் தெரியும், மேலும், மத்ய, பால்டிக் பகுதிகளை பற்றியும் தெரியும்.

ஆனால், மாஸ்கோவுக்கு கிழக்கிலும், தென்கிழக்கிலும் உள்ள நிலவரம் ஊகிக்கவே முடிந்தது. முழு விவரம் அறிய முடியவில்லை. அவனால் நேரில் கண்டு வந்து கொள்ளவும் யாருமில்லை.

ஆயினும், அமெரிக்காவுக்கு தெரிந்து கொள்ள வாய்ப்பு ஏற்பட்டிருந்தது.

போல்ஷ்வீக் கம்யூனிஸ்ட் கட்சியை நிறுவிய லெனினுடனும், ஸ்டாலினிடமும் அமெரிக்க மோட்டார் உற்பத்தி முதலாளியான ஃபோர்டையும் இதில் இணைந்து கொண்டார்.

ஸ்டாலினுடைய அரசியல் சித்தாந்தங்களை அவர் அடியோடு வெறுத்தாலும், மோட்டார் உற்பத்திக்கு தாம் அமைத்த முறைதான் சிறந்தது என்பதை ஸ்டாலின் உணரும்படி செய்ய அரும்பாடுபட்டார்.

கோர்க்கி யந்திர வாகன உற்பத்தி தொழிற்சாலையையும் யூரல்ஸில் உள்ள செலியபின்ஸ்க் டிராக்டர் தொழிற்சாலையையும் சோவியத் யூனியனில் அமைக்கப்பட்ட ஃபோர்டின் நினைவுச் சின்னம் என்பது குறிப்பிடத்தக்கது.

ஆரம்பக் காலத்தில் சோவியத் மக்களுக்கு யந்திரத் தொழில் உற்பத்தி யில் அவ்வளவு பயிற்சி கிடையாது.

யந்திரத்தின் பாகங்களை ஒன்றிணைத்து மோட்டாராக வடிவமைப்ப தற்கு வழியை மேற்கொள்ள ஒரே தாவலில் தேசத்தை யந்திரமயமாக்க செய்யும் அவர் முனைப்புக்கு ஒரு வழியாக இது அமைந்தது.

ஃபோர்டின் யந்திர உற்பத்தி முறைதான் மண்ணைத் தோண்டி சிறு ஆயுதம் மூலம் செய்து கொண்டிருந்த அம்மக்களுக்கு, யந்திரம் மூலம் விவசாயத்தையும், யூரல், வால்கா தொழிற்சாலைகளை உருவாக்க லட்சக்கணக்கான தொழிலாளரை யந்திரமான ராணுவத்துக்கு ஆட்களைத் திரட்ட உதவியாய் இருந்தது.

ஃபோர்ட் கம்பெனி தவிர பல பிரபல அமெரிக்கக் கம்பெனிகளும் சோவியத் யூனியனுக்கு உதவிகளை வழங்கி ஒத்துழைத்தது.

ஓஷியோ, கிளிவ்லாந்தில் உள்ள ஆஸ்டீன் கம்பெனிதான் கோர்க்கி தொழிற்சாலைக்குப் பிளான் போட்டுக் கொடுத்தது.

இதேபோல் மிக்சிகன், டிட்ராடைச் சேர்ந்த 'ஆல்பர்ட்கான்' கம்பெனி, குஸ்ட்னெஸ்க் உருக்குத் தொழிற்சாலைகளை கட்டிக் கொடுத்தது. இல்லினாய் சிக்காகோ ஸ்ரெயின் என்ஜினியரிங் கம்பெனி, ஒளிபோ கினிவ்லாந்தில் உள்ள 'ஆர்த்தர் டிமிக்சி அண்டு கோ'தான் மாக்னிட்டோ கார்ஸ்க் உலோகத் தொழிற்சாலை, டூபான்டி நேமூர்ஸ் என்ற வெடிமருந்து உற்பத்தி கம்பெனி, யூரல்ஸில் உள்ள பெரன்ஸ்கி ரசாயன தொழிற் சாலையில் அமோனியம், ஆக்ஸைட், நைட்டிரிக் ஆக்ஸைடு செய்வதிலும் உதவியாய் இருந்தது.

அதேபோல் எண்ணெய்க் கிணறுகள் வெட்டுவதிலும், ஆல்கோ பிராடக்ட்ஸ், யூரல் மலைச்சாரில் உள்ள உவா எண்ணெய்க் கிணறுகளை வெட்டி எடுத்து அதன் மூலம் 5000 பீப்பாய் குரூடாயில் கிடைக்கவும் வழி செய்தது.

1937 முதல் விமான எஞ்சின் உதிரி பாகங்கள் 'டக்ளஸ் அண்ட் கிரௌன் - மார்டின்' கம்பெனிகள் தயாரித்துத் தந்தன. அப்போதைய ரஷ்ய விமான இலாகா தலைவரான சகனோவிச் அமெரிக்காவுடன் செய்து கொண்ட உடன்படிக்கையின்படி கோர்க்கி, குஜ்பிசெப்வ், இர்க்கட்ஸ்க் என்ற இடங்களில் எல்லாம் தொழிற்சாலைகளை அமைக்க உதவியது அமெரிக்கா தான்.

இடையிடையே அமெரிக்க உடன்படிக்கைகளில் முடிவுகள் ஏற்படும் போது பிரிட்டனுக்கும் - ரஷ்யாவுக்கும் வர்த்தகத் தொடர்பும் இருந்தது.

1936 - 37- ஆம் ஆண்டுகளில் பிரிட்டிஷ் யந்திர உற்பத்தி அடியோடு நசிந்து விடும் நிலையில் இருந்தது. அச்சமயத்தில் கடனின் பேரில் பொருள் களை வாங்கிக் கொள்வதாக ஒரு கோடி பவுனுக்கு 'ஆங்கிலோ - சோவியத் கடன் ஒப்பந்தம்' செய்து கொண்டதன் பேரிலேயே பிரிட்டன் தலை நிமிர்ந்தது எனலாம்.

இதுதவிர 'மெட்ரோவிக்கர்ஸ் கம்பெனி' வெகு காலமாகவே ரஷ்யா வுக்கு ஸ்டீம் டர்பைன்கள் செய்து கொடுத்து வந்தது. பர்மிங்ஹாம் உதவி தளவாட உற்பத்திக் கம்பெனியிடம் பி.எஸ்.ஏ. சைக்கிள்களை ரஷ்யா வாங்கியது.

இதன் வழியே ஒரு கோடி பவுன் கடன் பெயரில் பிரிட்டனிடமிருந்து பிரதானமாக யூரல் தளவாட உற்பத்தி நிறுவனங்களுக்கு அவசிய

தேவையான யந்திரக் கருவிகள் அனுப்பி வைக்கப்பட்டன.

இவைகளில் சுமார் 4.5 லட்சம் பவுன் யந்திரக் கருவிகள், டர்பைன்கள் ஜெனரேட்டர்கள் முதலியனவும், 2 லட்சத்துக்கு உலோக உற்பத்திக் கருவிகள் முதலியனவும் ஷெவ் வீல்டில் உள்ள 'டேவி அன்ட் யூனைடட் என்ஜினியரிங் கம்பெனி' சுமார் 5000, 6000 டன்கள் எடையுள்ள தொழிற் சாலை சாதனங்களும் இவற்றில் ஒன்று 12000 டன் எடை பலம் கொண்டு அழுத்தும் கருவி வாகட பிரஸ்; இன்னொன்று தகடு வார்க்க 15,000 டன் எடை கொண்டதும் ஆகும்.

இவ்வாறாக ஸ்டாலின் சமாதான உடன்படிக்கையின்படி தங்கள் தேசத்தை வளர்த்தெடுக்க ஜெர்மன், அமெரிக்கா, பிரிட்டன் உதவியுடன் சோவியத் ரஷ்யாவின் பொருளாதார வளர்ச்சிக்கு பின்புலமாய் இருந்து பல உடன்படிக்கைகள் செய்து மக்களின் உழைப்புச் சக்தியைத் தேர்ந்த அறிவியல் அறிஞர்களின் துணையுடன் நாட்டை வளர்ச்சிப் பாதைக்கு இட்டுச் சென்றார்.

★

18. எண்ணெய் பலம்

ஸ்டாலின் ஆட்சிக் காலத்தில் பிறநாட்டு உதவிகளுடன் யந்திர - தளவாட உற்பத்தியில் பிற நாடுகளுடன் ஒப்பந்தம் செய்து பாழ்பட்டு கிடந்த சோவியத் தேசத்தை முன்னெடுத்துச் செல்வதில் முக்கிய பங்கு அவருக்கு உண்டு.

ஒருபுறம் எதிர்புரட்சிகள் மக்கள் மத்தியில் கலகம் விளைவித்தாலும் மறுபுறம் அதனை கட்சி உறுப்பினருக்கு அவைகளை ஒழித்துக் கட்டும் வேலையை ஒப்படைத்துவிட்டு, தேர்ந்த புத்திஜீவிகளை கொண்டு பல்வேறு மட்டத்தில் தேசத்தின் பொருளாதார வசதிக்கு என்னென்ன செய்ய முடியுமோ அத்தனையும் செயல்படுத்த பிற தேசங்களின் ஒத்துழைப் புடனேயே செயல்படுத்தினார்.

குறிப்பாக எண்ணெய் வளத்தை கண் டெடுத்த சோவியத் ரஷ்யா அதனை விஸ்தாரப்

படுத்தி அதனை எடுக்க அனைத்து முயற்சிகளையும் மேற்கொண்டது. சோவியத் ரஷ்யாவில் ஆரம்பக் கட்டத்தில் இரண்டு பகுதிகளில் எண்ணெய் கண்டெடுக்கப்பட்டது. ஒன்று வடக்கில் உள்ள மெய்க்சோப் - க்ராஸ்னி எண்ணெய் கிணறுகள்; இரண்டு தெற்கில் உள்ள பாக்கூ எண்ணெய் கிணறுகள்.

காகஸஸ் பகுதியில் உள்ள இது தவிர பக்ஷீரா, காஜாக்ஸ்தான் ஆகிய பகுதிகளிலும் எண்ணெய்க் கிணறுகள் வெட்ட சோவியத் அறிவியலாளர் களும்,தொழிலாளர்களும் அசுர கதியில் இயங்கினர்.

ஒரு பக்கம் ஜெர்மன் கிரிமியா வழியே டிரான்ஸ்-காக்தியா மீது படை யெடுக்க முயற்சித்த போது சோவியத் ரஷ்யா கவலை அடைந்ததே ஒழிய பீதியடையவில்லை.

கராஸ்னி-டூபால்-ராஸ்டாவ் எண்ணெய் குழாய்கள் ஆண்டுக்கு 40 லட்சம் டன் உற்பத்தி செய்தது. பாக்கூ பாட்டும் எண்ணெய் குழாய் மூலம் 2 1/2 கோடி டன் எண்ணெய்யை கடற்கரை வழியே பாதை அமைத்து அங்கிருந்து டாஸ்கர் கப்பலில் ஏற்றி யூரல் ராணுவம், டாங்கிகள், லாரி களுக்கு எண்ணெய் சப்ளை செய்தது.

1937-ஆம் ஆண்டிலிருந்து பாதுகாப்பு யந்திர தொழில் இயக்குநரும் யூரல் நெவ்ட் என்ற யூரல் பெட்ரோல் டிரங்கும் இணைந்து ‘இரண்டாவது பாக்கூ’ ஒன்றை ஏற்படுத்தினர்.

ஸ்டாலினுக்கு அடுத்த நிலையில் உள்ள மாலடோவ் மூன்றாவது ஐந்தாண்டு திட்டமாக இது குறித்து குறிப்பிடுகையில், “வால்காவுக்கும் யூரல்ஸுகளுமிடையே உள்ள பகுதிகளில் எண்ணெய் கிணறு அமைக்கப் படும். வெட்டுவதும், எண்ணெய் சுத்தம் செய்வதும் மிகவும் புதிய, நவீன முறைகளை கையாண்டு வேலைகள் நடைபெற்று வருகின்றன. கிணறு களை திறந்த வாக்கில் வெட்டாமல் அதிலிருந்து எழும் வாயுக்களிலிருந்து பென்ஜைனும் இலகுவில் தீப்பற்றிக் கொள்ளும் வாயுக்களை எடுப்ப தற்கும் ஏற்பாடு செய்யப்பட்டிருக்கிறது” என்றார்.

யூரல்ஸில் கிடைக்கும் பெட்ரோல் கனிமப் பொருட்கள் யுத்தப் பொருட்களை உருவாக்க சகல நவீன முறைகளும் கடைப்பிடிக்கப் பட்டன. 1926-ஆம் ஆண்டில் பொட்டாஸியம் உப்புக்கானச் சோதனை நடத்திய நிபுணர்கள் வடக்கு யூரல்ஸில் உள்ள சூஸோவ்ஸ்கி குடியிருப்பில்

வால்காவுக்கும் யூரல் மேற்கு சரிவுக்கும் இடையில் எண்ணெய் இருக்கக் கூடும் என்று கணித்தனர். இன்னும் இதுபோன்ற சோதனைகள் தொடர்ந்து கையாளப்பட்டன.

ரஷ்யாவை கைப்பற்ற துடித்த ஹிட்லர் பட்டவர்த்தனமாய் பயமுறுத்திய காலத்தில் ககெஸஸ் எண்ணெயை மட்டும் நம்பி இருப்பதா? அல்லது அமெரிக்க, டச்சு, கிழக்கிந்திய தீவுகள் இறக்குமதியை நம்புவதா? என்ற பிரச்சனை இதனூடே எழுந்தது.

வெளிநாட்டுக் கம்பெனிகள் குரோத எண்ணத்துடன் போட்டிக் கம்பெனிகளாக வெறும் வர்த்தக நோக்கத்துடன் இருந்தமையால் எச்சரிக்கையுடனே இதைப் பார்த்தனர். எனவே அவர்களின் உடன் படிக்கை சாரங்களைப் புரட்டி பார்த்தனர். அதன் விளைவு 1943-ஆம் ஆண்டு வரக் கூடிய வளத்தில் 20 சதம் யூரல்ஸிலிருந்து பெறக் கூடியது என்பதாகும்.

இதனைத் தொடர்ந்து பூர்வாங்க சோதனையில் யூரல்ஸுக்கும் வால்கா வுக்கும் இடையே பூமிக்கடியில் நிலக்கரி தாது இருப்பது கண்டுபிடிக்கப் பட்டது. எனவே முதன்முதலாக வால்காவில் உள்ள ஸின்ராணியிலும், பக்ஷிராவிலும் உள்ள காம்ஸ்க் என்ற இடத்தில் ஏராளமான எண்ணெய் வளம் இருப்பது கண்டுபிடிக்கப்பட்டது.

இதில் ஸிஸ்ரான் எண்ணெயில் மற்றொரு சிறப்பு என்னவெனில், விமானத்திற்கு பயன்படும் எண்ணெய் உற்பத்திக்கான வாயு 25 முதல் 30 சதம் வரை கலந்துள்ளதும், அதன் மூலம் சோதனை மேற்கொண்டு 18 கிணறுகள் வேகமாக வெட்டப்பட்டன.

வால்கா நதி ஸாமரா என்ற இடத்தில் வளைந்து செல்கிறது. அங்கு உள்ள எண்ணெய் கிணறுகளில் கிடைப்பவைகளிலிருந்து வடிகட்டிச் சுத்தம் செய்ய ஒரு தொழிற்சாலை 1938ல் ஸிஸ்ரானில் ஆரம்பிக்கப் பட்டது.

இதுவும் பக்ஷீராவின் தலைநகரான ஊவாவில் உள்ள தொழிற்சாலை யும் சேர்த்து ஸிஸ்ரான்-ஊவா எண்ணெய் குழாய் கொண்டு வரும் பெட்ரோலை விமானத்துக்கான ஒயிட் பெட்ரோல், மோட்டார் எண்ணெய்யாகவும் மாற்றியது.

கஜகஸ்தானில் தெற்கே யூரேலா - எம்பா எண்ணெய்க் கிணறு இருந்தது. இது 4 லட்சம் சதுர கிலோமீட்டர் பரப்பளவில், காஸ்பியன் கடலின் வடக்கோரத்தில் உள்ள ருரியாவிலிருந்து சிகோலோவுக்குக் கிழக்கில் உள்ள ஆர்ஸ்க் வரை பரந்து விரிந்து கிடந்தது.

எண்ணெய் குழாய் நீளம் 712 கிலோ மீட்டர். வடகோடி மாக்னிட் டோகார்ஸ்கிலிருந்து 300 கிலோமீட்டர் தொலைவு இஹிம்பாவெயோ தொழிற்சாலை ஸிஸ்ரான் எண்ணெயிலிருந்து உயர்ந்த ரக பென்ஜாயின் எடுத்தது. அதனை ஸ்வெர்ட்வோவ்ஸ்க், செலியா பின்ஸ்க், மாக்னிட்டோ கார்ஸ்க் முதலி இடங்களுக்கு அனுப்பினர்.

குடியெவ் - ஆர்ஸ்க் எண்ணெய் குழாய் டாங்கிகள், டிராக்டர்களுக்கு ஏற்ற மட்டரக எண்ணெய் கொண்டு சென்றது.

கோஸ்சாகில் என்ற இடத்திலிருந்து வரும் குழாய் வடக்கே சுமார் 200 கிலோ மீட்டர் தள்ளி இந்தக் குழாயுடன் இணைத்தும், வேறு ரயில் பாதை வழியாகவும் எண்ணெய் ஏற்றிச் செல்லப்பட்டது.

ஊவா - இஷிம்பாயெவோ ரயில்வே 1936-ஆம் ஆண்டு ஆரம்பிக்கப் பட்டு பக்ஷீரான் எண்ணெயை தொழிற்சாலைக்கு ஏற்றிச் சென்றன.

இரண்டு ஆண்டுகளுக்கு முன்னால் கட்டப்பட்ட குரியெவ் - அக்யூபின்ஸ்க் ரயில்வே சமீபத்தில் வெட்டி எடுக்கப்பட்ட 20 லட்சம் டன் எண்ணெய்யிலிருந்து ஒரு பகுதியை எம்பாவிலிருந்து ஏற்றிச் சென்றது.

காகஸன் எண்ணெய்க்கு அனுசரணையாக வேற்றிடங்களில் எண்ணெய் வளத்தை உபயோகிக்க எல்லா முயற்சிகளும் எடுத்துக் கொள்ளப்பட்டன.

குஜ்பிஷெவ் மாநிலத்தின் காஷ்பீரா என்ற இதழில் 1 1/2 லட்சம் கிலோ வாட் கொண்ட மின் உற்பத்தியும், 1942-ல் ஒரு கோடி 48 லட்சம் டன் எண்ணெயும் உற்பத்திக்கு வந்தது.

யூரல்ஸ் எண்ணெய்த் தொழிலுக்கு அவசியமான யந்திரங்கள் முதலில் அமெரிக்காவிலிருந்து வந்தன.

ஸ்டாலின் காலத்தில் வால்கா - யூரல் யந்திர தொழிற்சாலைகள் உற்பத்தி செய்ய முன்னெடுக்கப்பட்டன.

இப்படி எண்ணெய் வளத்தை கனிம வளங்களை, கஜகஸ்தான், எம்பா, காஸ்பியன் கடல் முதல் குரிலைவ் வரையும் தெற்கு யூரல்ஸில் உள்ள கொஸ்டசில் எண்ணெய்க் கிணறுகள் வரை குழாய்கள் மூலம் அமைத்தார்.

★

19. ஸ்டாலினின் 'பச்சைக் குதிரை'

ஒருபுறம் இரண்டாம் உலகம் யுத்தத்திற்கு ஹிட்லர் முன்னெடுப்பில் ஈடுபட்டான். குறிப்பாக சோவியத் ரஷ்யா மீதும், அதன் தொழில் வளர்ச்சி, எண்ணெய்கள் கண்டு பிடிப்புகளை நிறுத்துவது, தனது தேசத்து விஞ்ஞானிகளை திரும்ப அழைப்பது என தனது அக்டோபஸ் கரங்களை விரிக்க ஆரம்பித்தான்.

சோவியத் எந்திர தொழில்கள் மார்ஷல் டிடிலோனியனின் படையுடன் வாபஸ் பெற்றது என்ற செய்தியை யாரும் நம்ப வில்லை. இதனால் அதில் பணியாற்றிய செம் படை வீரர்கள் யுத்தக் களத்துக்கு செல்ல வேண்டிய நிலை. மேலும் இதனால் தொழிற் சாலை பணிகள் முடங்கும் என்றும் நினைக்க வில்லை.

யுத்த நிலைமையில் தொழிற்சாலைகளை தக்க வைத்துக் கொள்ள வேண்டிய நிலை. யுத்த வேலையில் ஈடுபட்டுள்ள தொழிற்சாலைகள் இடம் பெயரும்பொழுது யந்திரங்களுக்கான உதிரி பாகங்களும் உடன் செல்ல வேண்டிய கட்டாயம். யந்திரத்தின் ஒரு பகுதி குறைந்தாலும் வேலைகள் தடைபடும்.

ஒரு முதலாளித்துவ அரசு தொழிற்சாலைகளை இடம் பெயர வைப்பது எளிதான காரியமல்ல. ஆண்டுகள் பல ஆகும். அதற்கும் பலவிதமான முட்டுக் கட்டைகள் ஏற்படும்.

முதலில் ஒரு நபரிடமிருந்து நிலத்தை அரசு வாங்க வேண்டும். நிலச் சொந்தக்காரர்களிடமிருந்து வாங்குவது வெகு கடினம். பிறகு அந்த இடத்தில் தொழிற்சாலையை அமைக்க கட்டுமான பணிக்கு குத்தகைக்கு எடுக்க வேண்டும்.

தொழிலாளர்கள், என்ஜினியர்கள், அலுவலர்கள் அமர்த்துவது தலைமையின் பொறுப்பு.

எந்திரப் பொருட்களை அவர்களின் குழு விலை பேசி, பல பாகங்களி லிருந்தோ, அல்லது வெளிநாடுகளிலிருந்தோ தருவிக்க வேண்டும். நில உடைமையாளர்கள் முதல் அரசு ஊழியர்கள் வரை இதற்கு முழு ஒத்துழைப்புத் தர வேண்டும். இப்படி ஒத்துழைத்தால்தான் ஓர் ஆண்டுக்குள் தொழிற்சாலையை நிர்மானிக்க முடியும்.

ஆனால், சோவியத் அரசு பொருளாதார தன்மை அடியோடு மாற்றி யிருந்ததினால் கிடைத்த வசதியைக் கொண்டு இப்படி தொழிற்சாலை களை வேறு இடத்தில் கொண்டு செல்வதில் மக்களின் முழு ஒத்துழைப் போடு, தொழிலாளர்களின் முழு அர்ப்பணிப்போடு எவ்வித இடையூறும் இல்லாமல் சாதிக்க முடிந்தது. ஸ்டாலின் இத்தகு செயலுக்கு 'பச்சைக் குதிரை' எனப் பெயரிட்டு மக்கள் பிரதிநிதிகளுடன் பொது திட்டம் தீட்டி நாட்டின் பாதுகாப்புக்கு வழிகோலினார்.

இத்தகைய ஏற்பாடு, தொழில் வசதி, முக்கிய அம்சங்கள், அனைத்து காரியங்களை எளிதாக்கியது. எளிய முறையில் சிக்கனமாகவும், வேகமாகவும் வேலை நடத்தக் கூடிய தொழிற்சாலைகளுக்கு செம்படை யினருக்கு வழங்கப்பட்டன.

சோவியத் விவசாயத்தில் 95 சதவீதம் கூட்டுப் பண்ணையின் கீழ் கொண்டு வரப்பட்டன.

இதில் தனிப்பட்ட நபர்கள் பொது நலத்தை முன்னிட்டுச் சொந்த நலத்துக்காக சொந்த நிலத்தின் கீழ் உரிமை கொண்டாட முடியாது. சோவியத் தொழிலாளர் என்றால் ஆண், பெண் இருபாலருமே அடங்கியது. அது தொழிலாளர் நாடு; முக்கியமாக தேசத்தின் பொது அவசியத்தை அடிப்படையாக கொண்டதே ஒழிய 'போக' வசதிக்கான தல்ல.

ஐந்தாண்டு திட்டத்தின் கீழ் யூரல் எந்திர தொழில்கள் எப்படி சோவியத் ராணுவத்தின் ஒரு முக்கிய அம்சமோ, அப்படியே மத்திய திட்டக் குழுவும் அமைத்த ஒன்றே, இந்த இடம் பெயரும் 'பச்சைக் குதிரைகள்' திட்ட மாகும்.

இது அவசர அடி ஏற்பாடல்ல. நிதானமாக யோசித்து ஒவ்வொரு அடியாக தொழிற்சாலைகளை வேறு இடத்துக்கு பாதுகாப்புடன் கொண்டு செல்லும் வழியாகும்.

இத்தகைய செயற்பாடுகளுக்கு அவசர கதி கூடாது. அப்படி அவசர கதியில் செயல்பட்டால் மாற்றுக் கருவிகள் விடுபட்டு விடும். மேலும் எந்திரங்களை இயக்குவதற்கு மின்சார வசதியும், கட்டிட நிர்மான வசதியோ இல்லாமல் திண்டாட வேண்டியிருக்கும். இதனால் வேலையில் ஈடுபடும் இராணுவத்தினர் ரயிலிலும், வழித்தடங்களிலும் முடங்கி விடுவர்.

இதனின்று மாற்றாக டான்டஸ் பகுதியிலிருந்து இடம் பெயர்ந்த எந்திரங்கள் யுத்த கால நிலையில் செயல்பட வேண்டும்.

அதற்கு மாறாக குறிப்பாக, 'வரோஹிலால்' தொழிற்சாலை முன்பு நெப்ரோ பெட்ரோவஸ்கியில் இருந்து 1941 செப்டம்பர் இறுதியில் யூரல்ஸ் நோக்கி நகர்ந்தது. அக்டோபரில் அவைகள் இயங்கத் தொடங்கின. டிசம்பர் முதல் தேதியிலேயே அவைகள் வேலை செய்ய ஆரம்பித்து விட்டன.

அதே போல, கார்க்கோவிலிருந்த எந்திரக் கருவி உற்பத்தித் தொழிற் சாலைகள் அனைத்தும் குஜ்பிஷெவ் என்ற இடத்தில் நிர்மானிக்கப் பட்டன.

வால்காவிலும், யூரல்ஸிலும், மத்திய சைபீரியாவிலும் இர்க் கட்ஸ்கிலும் டாங்கிகள், பீரங்கிகள், விமான உற்பத்தி இடம் பெயர்ந்து இயங்க ஆரம்பித்தன.

எந்திர பொருட்கள் எல்லாம் கிழக்கு நோக்கி இடம் பெயர்க்கப்பட்டதிலிருந்து சோவியத் ரயில்வேயின் செயல்பாடுகள் எவ்வளவு திறம்பட செயலாற்றின என்பது தெரிய வரும்.

குறிப்பாக கார்க்கோவிலிருந்து ஸமாரா பகுதிக்கு ஒரு டிராக்டர் உற்பத்திச் சாலையை, ஆட்களை கொண்டு செல்ல, மாற்றி அனுப்ப 7000 கூட்ஸ் வண்டிகள் பயன்படுத்தப்பட்டன.

ஸ்டாலினின் சோவியத் அரசு தொழில்களை, தொழிற்சாலைகளை, இவ்வாறு இடம் பெயர்ந்த போது சிற்சில அடிப்படை வசதிகளை வகுத்துக் கொண்டது. அதாவது எந்திரமும் அதனை இயக்கும் ஆட்களும் பிரித்து அனுப்பாமல் ஒன்றாக இடம் பெயரச் செய்தன.

1941-ல் ஜெர்மானியர் மாஸ்கோவை நெருங்கிக் கொண்டிருக்கும் போது இரண்டு தொழிற்சாலை நிர்வாகிகள், 'இனிமேல் தொழிற் சாலையை அதன் உற்பத்தியை நடத்த முடியாது; ஏதும் பயனுமில்லை' என்றபோது அவர்களை நாசவேலை செய்யும் விஷமிகளாக கருதி சுட்டுத் தள்ளப்பட்டனர்.

ராணுவம் இடம் பெயரும்போது செம்படையினர் பீரங்கியை இழுத்தச் செல்வது போல் சோவியத் தொழிலாளிகள் அவருடன் இணைந்து தனது எந்திரத்தை இழுத்துச் சென்றனர்.

ஸ்டாலினின் 'பச்சைக் குதிரை' திட்டத்தில் இடம் பெயர்வது திட்டமிட்டபடி முன்கூட்டியே நிர்ணயிக்கப்பட்டது. மூலப் பொருள் வசதி, ராணுவத்துக்கு தயாரிக்கப்பட்ட பொருள் அனுப்புவதற்கு போக்குவரத்து வசதி ஆகியவை சோதித்து அறிந்த பின்பே இடப்பெயர்வு நிர்ணயிக்கப்பட்டது.

உருக்குத் தேவைப்படும் தொழிற்சாலைகள் யூரல்ஸுக்கு அனுப்பப் பட்டன; மின்சார வசதிக்கு தேவைப்படும் எந்திரங்கள் வால்காவுக்கு அனுப்பப்பட்டன. ரசாயன தொழில்கள் காரகன்டாவுக்கும் குஸ்ட்டுஸக்கும் சென்றன.

திரும்பப் பெறுவதற்கென்றே நிர்ணயிக்கப்பட்ட எந்திரங்கள் அமைப்பு எளிதில் வேற்றிடங்களுக்கு மாற்றுவதற்கு வசதியாக அமைக்கப்பட்ட தாகும்.

தளவாட தொழிற்சாலைகள் இடம் பெயரும்போது அதன் எந்திரங் களை காங்கிரீட் அடித்தளத்திலிருந்து பிடுங்கி எடுக்கும் நிலை இல்லை. இவை லேசாக மறையாணியை கழற்றி எடுத்துக் கொண்டு போக வேண்டியதே. இம்மாதிரி இடம் பெயரும் தொழிற்சாலைகள் குடிய மர்த்தும் இடத்தில் நிர்மானிப்பதற்கு தேவையான வசதிகள் பல பெற்றிருந்தன.

எந்திரங்களை குடியேற்றுவதற்கு என்றே கட்டிடங்களைக் கட்டி பல ஆண்டுகளுக்கு முன்பே தயாராக காத்திருந்தது.

அப்படி இல்லையாயினும் நிலத்தை செப்பனிட்டு, வடிகால் வசதிகள் வெட்டி, சாளரம் அமைத்து, அடித்தளம் அமைத்து, செங்கல் வைத்துக் கட்டுவதற்கு அங்கு வாழும் மக்களை வேலைக்கு அமர்த்தப்பட்டார்கள். இவைகள் கட்டாய வேலைத் திட்டத்தின் கீழ்கொண்டு வரப்பட்டன.

எப்படி நமது தமிழ்நாட்டில் வைகை அணை கட்ட பாண்டியன் உபயோகித்த கட்டாய வேலை சேவை போன்றதே. நெருக்கடி காலங் களில் இத்தகையப் பணி அனைத்து மக்களின் உழைப்பையும் ஒருமுகப் படுத்தி அவர்களின் தியாகத்தை, கவுரவத்தை, அதற்கான கூலியையும் சமன்படுத்தியது.

முன்பு வெறும் சகதிக்காடாகவும், புல்வெளிகளாகவும், சதுப்பு நிலங் களாகவும், தரிசான பகுதிகளாகவும் இருந்ததை விமான ஓடுபாதைகளாக மாற்றியவர்கள் அங்கு வாழ்ந்த குடியானவர்களும் மக்களே ஆவர்.

இதன் வழியே மாஸ்கோ, கீய்வ், டாகன்ராக் ஆகிய இடங்களிலுள்ள உற்பத்தித் தொழிற்சாலைகள் வால்கா, யூரல் பகுதிகளுக்கு மாற்றுவது அசூர கதியில் நடைபெற்றன.

ஒரு விமானத்தை வடிவமைப்பது என்பது எளிதான காரியமல்ல. அதன் ஒவ்வொரு பகுதியும் மனித சக்தியின் மூளையின் செயற்பாடாகும். அதுவும் யுத்த காலத்தில் இத்தகு காரியங்கள் எளிதானதல்ல.

இவை தவிர விமானத்தின் வரைபடம், அந்த எந்திரங்கள், ஜிக்குகள் உற்பத்தியில் தொழிலாளிகளின் பங்களிப்பு அர்ப்பணிப்பு உணர்வுடன் செயலாற்றினர்.

இடம் பெயர்க்க முடியாத எந்திரங்களையும், தொழிற்சாலைகளையும் ரஷ்யர்களே அழித்து விட்டனர். ஏனெனில் அவ்வாறு இடம் பெயரும் போது எதிரிகளுக்கு பயந்து நாலு காலில் ஓடும் கழுதைக் கூட்டம் போல் அல்லாமல் குறிப்பிட்ட திட்டமிடலுடன் ராணுவ செயல்பாடுபோல் தொழிலாளிகளும் உண்டு என்று உணர்ந்தனர்.

எதற்கும் துணிந்து எதிரியின் தாக்குதலுக்கு அஞ்சாமல், அங்கேயே தங்கி ஊருக்குள் வரும் எதிரியை தெருவுக்குத் தெரு நின்று மறித்து மல்லாடும் செம்படையினரும் வசதியான இடத்துக்கு ஏற்றிச் சென்று, அங்கிருந்தே ராணுவத்தினருக்கு அவசியமான உதவிகளை செய்தனுப்பும் தொழிலாளி யும் ஒரே மாதிரியாக, சமமானவர்களாக கருதப்பட்டு செயலாற்றினர்.

ஆயினும், உக்ரைனை விட்டு இடம் பெயர்ந்த கிழக்கு நோக்கி எந்திரங்கள் ஒவ்வொன்றும் நலமாக சென்றடைந்தன என்றும் சொல் வதற்கில்லை.

எந்திரங்கள் இடம் பெயரும்போது வழியில் விமானத் தாக்குதலுக்கு உள்ளாகி, பழுது பார்க்க மாற்றுக் கருவிகள் இல்லாமல் போய் விடுவதும் உண்டு. அப்பொழுது, இடம் பெயர்ந்த எந்திரங்கள் மீண்டும் வேலை ஆரம்பிப்பதற்கு முன் பல பாகங்களை இழந்து விட்டிருக்கும்.

சிறந்த ராணுவத் தலைமை கொண்ட ஒரு ராணுவம் உருக்குலையாமல் வாபஸாகும் போது அதற்கும் முன்னேறும் ராணுவத்துக்கும் தொடர்பு இருக்கிறதோ அவ்வாறே யூரல்ஸில் உள்ள நிர்மானிக்கப்பட்ட யுத்தத் தொழில்களுக்கும் இடம் பெயரும் ‘பச்சைக் குதிரை’ திட்டமிடல்களுக்கும் இடையில் தொடர்பினை ஏற்படுத்தியிருந்தனர்.

தேசப் பாதுகாப்பு எந்திரத் தொழில்களுக்கு மிகவும் உபயோகமான வார்த்தை இந்தப் ‘பச்சைக் குதிரை’.

தோற்கப்பட்ட சேனை எப்படி திரும்ப உயிர்பெற்று புதுப்பிக்கப்படு கிறதோ அப்படியே இந்த ‘பச்சைக் குதிரை’ செயல்பாடும் புணருத்தாரணம் செய்யப்பட்டன ஸ்டாலினின் தலைமையில்.

மேலும் இது பசுமைப் புரட்சிக்கான திட்டாமாகவும் செயல்பட்டன. ஒருபுறம் தொழிற்சாலைகள் இடம் மாறினாலும் உள்ளூர் விவசாயிகள் தங்கள் விளைநிலங்களை பாதுகாத்தும், பயிர் விளைவித்தும் செயலாற்றினர். இதனால் சோவியத்தில் போராடும் மக்களுக்கு அவர்களின் வாழ்வாதாரத்துக்கு தேவையான உணவுப் பொருட்கள் சப்ளை செய்யப்பட்டன.

★

20. ரயிலும் ரயில் பாதைகளும்

இரண்டாம் யுத்தம் ஆரம்பக் காலத்திலேயே தாக்குதல் நடத்தியபோது ரஷ்யாவின் போக்குவரத்து சாதனங்கள் நிலைகுலைந்து போகும் என்று எதிரிகள் நம்பினர்.

ரஷ்யாவின் மேற்கெல்லையில் எதிரிகள் புகுந்ததால் ரயில்வே பாதைகள் வெறிச் சோடின. இது எதிரிகளுக்கு சாதகமாகி விடும் என்றும் நம்பினர். அப்போது இருந்த போக்கு வரத்து ஆணையர் சற்றே சீர்த்திருத்தம் செய்தாரே ஒழிய பாதைகள் சரியாக்கப்படவில்லை. இதன் மூலம் எதிரிகள் முன்னேறும் வாய்ப்பும் இருந்தது.

ஆனால் நடந்ததே வேறு. ரஷ்யர்கள் யுத்தம் ஆரம்பமான சில மாதங்களில் உக்ரைன், லெனின் கிராட், மாஸ்கோ ஆகிய முக்கிய வழித்தடங்கள் நோக்கித் திரும்பினர். அப்படிச்

செல்லும்போது பயணத்தை வலுவாக்கக் கூடிய வழித்தடங்களை எல்லாம் அழித்துக் கொண்டு சென்றார்கள்.

செம்படைகளை பின்னோக்கி அழைத்து வருவதுதான் அவர்களது போக்குவரத்து இலாகாவின் முக்கிய வேலையாய் இருந்தது. எந்திரம் ஏற்றி வந்த வாகனங்கள் தாமே வாபஸ் பெற்றது. மற்றபடி ஏற்றிச் செல்வதற்கு எவ்வளவு முடியுமோ அவ்வளவு ஏற்றிக் கொண்டு வருவதே அவர்களது வேலையாகும்.

மாஸ்கோவிலிருந்து தென்திசை நோக்கியும், மேற்கு ரஷ்யா திசையிலும் செல்லும். ரயில் பாதைகள் அனைத்தும் 1930-ஆம் ஆண்டிலேயே சிறந்த ஓடு பாதைகளாக அமைந்தன. முக்கிய பாதைகள் அனைத்தும் வெளி நாட்டு மூலதனம் கொண்டு அமைக்கப்பட்டவையாகும்.

வால்கா, யூரல்ஸ் பகுதியிலிருந்து மாஸ்கோ மூலம் ரயில் பாதைகள் வழியாக எவ்வளவு செம்படையினர் செல்ல முடியுமோ அந்த அளவு கிழக்கிலிருந்து நாஜிக்கள் மீது தொடுக்க வேண்டிய எதிர்தாக்குதலின் வெற்றி அமையும் என தீர்மானித்தனர்.

மேலும் எந்திரப் போக்குவரத்துக்கு ஏற்படக் கூடிய இழப்புகளை சரிகட்ட வேண்டியது கோர்கி, ஸ்வெட்ஸ்லோஸ்வேஸ்க் செலியாபின்ஸ்க் தொழிற்சாலைகளிடம் ஒப்படைக்கப்பட்டது.

நெருக்கடியான காலங்களில் மூல பலமாக உபயோகித்துக் கொள்ளும் நோக்கத்துடன் மட்டும் யூரல்ஸ் தளவாட உற்பத்தி ஏற்பாடுகள் அமைக்கப் படவில்லை. தாம் உற்பத்தி செய்யும் எந்திர சாதன போக்குவரத்துகள் மூலம் எதிரியை பாய்ந்து தாக்கும் வல்லமையும் பெற்றிருந்தது.

ஸ்டாலினின், ரஷ்யர்களின் ரயில் பாதைகள், எந்திரங்கள் அசுர வடிவமைப்பும், எண்ணிறைந்த கூட்ஸ் வண்டிகள் உற்பத்தி செய்து எதிரி களின் தாக்குதல்களை முறியடிக்கவும், கடந்து போகவும் முன்நின்றன.

குறிப்பாக டாகில் அருகில் யூரல்ஸில் கூட்ஸ் வண்டி உற்பத்தித் தொழிற் சாலை இருந்தது. இரண்டு அச்சு வண்டிகள் என்ற கணக்கில் ஆண்டுக்கு ஆண்டு ஒரு லட்சத்து இருபதாயிரம் வண்டிகள் உற்பத்தி செய்தன.

யுத்தத்துக்கு முன்பு சோவியத் யூனியன் முழுவதுமே மொத்தத்தில் 80,000 வண்டிகளே உற்பத்தி செய்தன. ரயில் வண்டிகளில் அதன் நீளமும்

ஏற்றமுமான இடவசதியும் கணிக்க ஒரு கணக்கு வைத்திருந்தார்கள்.

சாதாரணமாக இரண்டு அச்சு என்றால் நான்கு சக்கரங்கள் குறிப்பிட்ட ஒரு பாய்ண்ட் கொண்டதாக இருந்தது. இதேபோல் வண்டி நீளமாக நீளமாக அச்சுக்களின் எண்ணிக்கையும் பெருகும்.

உதாரணமாக, நாலு அச்சு வண்டி என்றால் குறிப்பிட்ட ஒரு அச்சு இருக்க வேண்டிய இடத்தில் நான்கு சக்கரங்கள் என ஒரு பக்கத்துக்கு நான்கு சக்கரங்கள் வீதம் இரு பக்கம் சேர்த்து எட்டாக வடிவமைக்கப் பட்டன.

இதே மாறி ஆறு அச்சும் உண்டு; அதாவது பன்னிரெண்டு சக்கரங்கள், முன்பக்கம் பன்னிரெண்டு, பின் பக்கம் பன்னிரெண்டு சக்கரங்கள் ஆக 32 சக்கரங்கள் கொண்ட மிக பிரம்மாண்டமான வண்டிகள் தயாரித்தனர்.

ஸ்டாலினின் சோவியத் அரசு உள்நாட்டு அமைப்புப் பிரிவு, மத்திய ஓடுபாதை அமைப்பு நிர்வகித்து வந்தது. உள்நாட்டு விவாகரத்து இலாகா வுக்கு ரஷ்ய மொழியில் உள்ள முதல் எழுத்துக்களை சேர்த்து, ஜி.பி.யூ. என்று சொல்வதுண்டு. சோவியத் இரகசிய இலாகாவின் நுண்பிரிவு இலாகாவுக்கு இந்தப் பெயர்தான்.

இதன் நடவடிக்கைகள் குறித்து பயங்கரமான கதைகள் உண்டு. புரட்சிக்கு எதிராக நடைபெறக் கூடிய, தடுக்கப்பட வேண்டிய பணிகளை கண்டுபிடித்து தடுப்பது இதன் முக்கிய வேலையாகும்.

"அரசு என்பது சமுதாயத்தின் ஒரு கருவி; அதன் முதல் வேலை அது தன்னை பாதுகாத்துக் கொள்வதே ஆகும்" என்பது லெனின் வாக்கு.

சாலைவசதி இல்லாத இடங்களில் சோவியத் விமானங்கள்தான் போக்குவரத்து சாதனம். மாஸ்கோவிலிருந்து விளாடி வாஸ்டாக் வரை டிரான்ஸ்-சைபீரியா விமான போக்குவரத்து நடந்தது.

கஜகஸ்தான் ரயில் நிலையத்திலும் மத்திய சைபீரியாவிலும் எக்ஸ்பிரஸ் ரயில்கள் அடிக்கடி பல இடங்களுக்கு அவ்வப்போது பல போக்குவரத்து நடைபெற்றன.

ஆல்மா - ஆட்பி என்ற இடத்திலிருந்து ஜெர்கென்ட், தாஸ்கண்ட், ஸெமி பாளிடிக்ஸ்கி, காரகாண்டா ஆகிய இடங்களுக்கு விமானப் போக்குவரத்து நடைபெற்றது. ஆன்ட்-9 என்ற ஒற்றை என்ஜின் விமானம்

ஒன்பது பேர்களை ஏற்றிச் செல்லக் கூடியதாகும்.

இந்தக் கட்ட வடிவமைப்பை உருவாக்கியவர் டூப்போலெல் என்பவர். இந்த விமானம் மருத்துவ உபகரணங்களையும் மத்திய ஆசியாவுக்கு ஏற்றிச் சென்றன.

சாதாரண விமானப் போக்குவரத்துதான் ஆனால், செம்படையினர் விமான புது போக்குவரத்தை உண்டாக்கிக் கொடுத்தனர்.

மேலும் ஒரு விமானத்துடன் பல என்ஜின் இல்லாத கிளைடர் விமானங் களை ரயில் வண்டி தொடர் போல் கோர்த்து ஆகாச ரயில் போக்குவரத்து நடத்துவதற்கு வழி சொல்லிக் கொடுத்தது சிவில் விமானப் போக்குவரத்து தான்.

இச்செய்தி பத்திரிகைகளில் வந்தபோது ரஷ்யர்கள் கண்டுபிடித்ததாகும் என்று கேலி செய்தனர்.

இது பின்னால் சென்னைப் பட்டணத்து ஆகாசத்தில் ராணுவப் போக்கு வரத்துக்கு பயன்பட்டபோது விமான கிளைடர் வால்களை இழுத்துக் கொண்டு பறப்பதைப் பார்த்தபிறகு வாய் பிளந்து நின்றனர்.

இவ்வாறு யுத்தக் கால தொடக்கத்தில் ஸ்டாலின் தலைமையிலான சோவியத் ஒன்றியம் போக்குவரத்துத் துறையில் எதிரிகளிடமிருந்து தங்களை தற்காத்துக் கொள்ளவும், எந்த உற்பத்திப் பொருட்களையும் பாதுகாத்துக் கொள்ளவும் திட்டமிட்டு செயல்படுத்தியதன் விளைவே ஜெர்மனி ராணுவம் உள்ளே அண்ட விடாமல் தடுத்தது.

★

21. ஆயிரம் உண்டிங்கு ஜாதி

ஹிட்லர் தனது ராணுவப் பலத்துடன் ரஷ்யா துண்டாட முயன்று கொண்டிருக்கையில் ரஷ்யரல்லாதோடும், மக்களும் அதாவது - உக்ரேனியர், அர்மீனியர், கஜாக்குகள், ஜியாஜியர்கள், மங்கோலியர், தஜ்லிக்குகள் ஆகிய பிற இனத்தவரும் ஸ்டாலின் செயற்பாடுகளுக்கு ஆதரவு கரம் கொடுத்தனர்.

1930-ஆம் ஆண்டுகளிலேயே ஜெர்மனியுடனும், ஜப்பானுடனும் போர் நடக்கும் என்பது உலக சரித்திரத்தில் நிச்சயிக்கப்பட்டு விட்டது. அன்று முதல் தேசப்பற்று என்பது சோவியத் மக்கள் மனத்தில் ஸ்டாலின் கவனமாக பதிவு செய்தார்.

சோவியத் மக்களில், குடியானவர்களும், தொழிலாளர்களும் ரத்தத்தைச் சிந்தி செழிக்க வைத்தனர். அவர்களது உழைப்பும், தியாகமும்

அந்தப் பயிரை வளர்த்தனர். அன்னிய அபாயம் தேச சமுதாயம் என்ற ஒருமைப்பாட்டை வளர்த்தது.

அக்டோபர் புரட்சி நடந்த இரண்டாவது நாளில் ரஷ்ய தொழிலாளர்கள், குடியானவர்கள் அரசு பிரகடனத்தில் கையெழுத்திடப்பட்டது, பல இனங்களின் தலைவர் என்ற முறையில் ஸ்டாலின் அதில் கையெழுத் திட்டார்.

லெனின், "ரஷ்யாவில் உள்ள அனைத்து மக்களும் ஜாதிய வேறுபாடு உடையோரும் யாவரும் சம உரிமை உள்ளவர்கள்" என அங்கீகாரம் செய்தார்.

ஜார் ஆண்ட ஆட்சி ரஷ்யாவை 'பல ஜாதி மக்களின் சிறை கோட்டம்' என்றே அங்கீகரித்தார். இந்தப் பிரகடன சிறைச் சாலையின் பூட்டை திறந்து வைத்தவர்கள் ஸ்டாலினும் லெனினும்.

அப்போதே சோவியத் யூனியன் என்பது பதினோரு தேசீயக் குடியாட்சிகள் தங்கள் விருப்பப்படி பிரிந்து செல்லும் உரிமையையும் பெற்றிருந்தன.

சோவியத் ரஷ்யா, உக்ரைன், ஒயிட் ரஷ்யா, டிரான்காஸ்கோஷிபா, (ஜார்ஜியா, அர்மீனியா, அஜர்பைஜான்) டர்க்கோனிஸ்த்தான், உஸ்பெகிஸ்தான், கஜகஸ்த்தான், ஜியார்ஜியா, தக்கிஸ்தான் ஆகியவை.

இவர்கள் அனைவரும் லெனின், ஸ்டாலின் தலைமையிலான ரஷ்ய புரட்சிக்கு கைகோர்த்து ருஷ்ய குடியாட்சியின் வளர்ச்சிக்கு முழு ஒத்துழைப்புத் தந்தனர்.

மத்திய ஆசியாவில் டாக்கோமானிடானுக்கும், தஜிக்கிஸ்தானுக்கும் இடையே உஸ்பெக் பெடரல் குடியாட்சி இருந்தது. இதன் விரிவு 60,000 சதுர மைல். அப்போது மொத்த மக்கள் தொகை 50 லட்சம். இங்கு இஸ்லாமியர்களும், அவர்களின் மசூதிகளுக்கும், தர்காக்களுக்கிடையில் சோவியத் தொழிற்சாலைகள் நிமிர்ந்து நின்றன.

சோவியத் மக்களின் முதல் கடமை உழைப்பதும், அரசைப் பாது காப்பதும் ஆகும். ஆசிய குடியாட்சி மக்கள் தம் விவசாயத்தையும், கைத் தொழில்களையும் வளர்த்து சோவியத் பாதுகாப்பில் கலந்துறவாடுவதும், சோவியத் பாதுகாப்புக்கு வகுக்கப்பட்ட நீண்ட கால திட்டத்துக்கும் கை கோர்த்தனர்.

ஜார் ஆட்சியில் மத்திய ஆசியாவை, மூலப் பொருட்களை சொற்ப கூலிக்கு உழைப்பும் கிடைக்கும் பகுதியாகவே கருதியது. அதேபோல் உஸ்பெக்கிஸ்தானில் விளையும் பருத்தியும், பட்டும் மத்திய ரஷ்யாவுக்கு அனுப்பியதே தவிர அங்கே தொழில் விருத்திக்கான எந்த செயலிலும் ஈடுபடவில்லை.

ஆனால், சோவியத் புரட்சிக்குப்பின், லெனின், ஸ்டாலினின் அரசு பொறுப்பேற்ற பின் கிழக்கில் சக்தியும் தெம்பும் வாய்ந்த எந்திரத் தொழில்களை நிர்மானிக்கும் பணியைத் தொடங்கியது.

அஷ்காபாத், வெர்க்கானா, கோக்கண்ட், தாஷ்கண்ட் ஆகிய நகரங்களில் விளையும் பஞ்சு, கம்பளி மயிர், பட்டு உற்பத்தித் தொழிற்சாலைகளை நிறுவின.

பருத்தி விளைச்சலை மேம்படுத்த மின்சார பவர் ஸ்டேசன்களை உருவாக்கி 2 லட்சத்து 70 ஆயிரம் கிலோவாட் மின்சாரத்தை உற்பத்தி செய்தது. இதன் மூலம் அருகில் உள்ள ரசாயன உரம் தயாரிக்கும் தொழிற்சாலைக்கும், பாசன வசதிக்கும் உபயோகப்படுத்தப்பட்டன.

மத்திய ஆசிய குடியாட்சி பகுதிகளில் கிரிஜியா, நிலக்கரி உற்பத்தியும் பயன்பட்டன.

1937-ல் சோவியத் யூனியனுக்கு வெளிநாட்டு பஞ்சு இறக்குமதி நிறுத்தப்பட்டது. ஆசியப் பகுதியில் மொத்த உற்பத்தியும், அந்த குடியாட்சி மக்களிடமே ஒப்படைக்கப்பட்டன. ஆலையில் பெரும் பாலான வேலை செய்வோர் பெண்களே என்பது ரஷ்யா முழுவதும் பிரபலமானது.

தஜிகிஸ்தானில் செருப்பு உற்பத்தியும் தோலுக்கு பதில் தகுந்த மாற்றுப் பொருள் கொண்டு சாதாரண மக்களும் பயன்படுத்தவும் செம்படைக்கு தோளும் பயன்பாட்டுக்கு கொண்டு வரப்பட்டது.

ஸ்டாலினின் ஐந்தாண்டு திட்டங்கள் எந்திர தொழில்மயமாக்கி மக்கள் வளர்ச்சியோடு போட்டிப் போட்டு அபரீத வளர்ச்சி எட்டியது. இது சோவியத் புரட்சியிலிருந்து ஸ்டாலினின் தொழில் புரட்சி வரை வளர்ந்து செழித்தது. மக்கள் தொகை வளர்ச்சியும், தொழில் வளர்ச்சியின் புள்ளி விவரம் இதோ :

மக்கள் தொகை வளர்ச்சி

	1920	**1933**
ஸ்வெட்ஸ்வோஸ்க்	*90,000*	*4,62,000*
கோர்க்கி (நிஜினி - நவகரோட்)	*1,05,000*	*4,59,000*
செலியாபின்ஸ்க்	*51,000*	*2,14,000*

1920-ஆம் ஆண்டில் ஸ்யுவினிஸ்க் ஒரு சிறு கிராமம்; 1933-ல் 2 லட்சத்து 40 ஆயிரம்.

மத்திய ஆசியாவின் வளர்ச்சி

	1920	**1933**
ஸாமார்கண்ட்	*82,000*	*1,54,000*
ஸெமிபாலாடின்ஸ்க்	*44,000*	*1,12,000*
கொமெரோவா	சிறுகிராமம்	*1,05,000*
கார்கர்ன்டா	சிறுகிராமம்	*1,05,000*
அல்மா ஆட்டா	*22,000*	*1,50,000*

ஸ்டாலினின் ஆட்சியில், மத்திய ஆட்சியில் நாடற்ற மக்களின் அலைந்த பகுதிகள் யாவும் எந்திரத் தொழில்மயமாகி சோவியத்தின் பலமான கோட்டைகளாக உருமாறின.

★

22

இரண்டாம் உலகம் யுத்தம்

இரண்டாம் உலக யுத்தம் 1942களில் உக்ரம் அடைந்தாலும் ஹிட்லர் இதற்கான காய் நகர்த்தலை 1938களிலேயே தொடங்கி விட்டான்.

ஸ்டாலின் இதனை எதிர்கொண்டு காத் திருந்தாலும் ஒரு பக்கம் சோவியத் ரஷ்யா வளர்ச்சிப் பாதையில் பலமான அஸ்தி வாரத்தை ஏற்படுத்தி விட்டார். செஞ்சேனைப் படையும் அதற்கு தயாராக இருந்தது. இது உலக நாடுகளை திரும்பிப் பார்க்க வைத்தது.

ஜார் ஆட்சியில் வீழ்ந்துக் கிடந்த தேசத்தை ஸ்டாலின் தனது மக்களின் பலத்தால் வல்லர சாக மாற்றினார். இதனால் அச்சமடைந்த மேற்கத்திய நாடுகள் கம்யூனிசம் எங்கே உலகமெல்லாம் பரவ விடுமோ என்ற பீதியை ஏற்படுத்தினர். முதலாளித்துவம் எங்கே வீழ்ந்து

விடுமோ? என்ற அச்சத்துக்கும் ஆளாயினர்.

கூடுதலாக ஹிட்லர் கம்யூனிசம் வளர்த்து விடும் என்று அச்சம் காட்டியே ஜெர்மானிய மக்களை உசுப்பி விட்டு தனது ராணுவ பலத்தை கூட்டி வளர்த்து கொண்டார்.

1931களிலேயே ஜப்பான் மஞ்சூரியாவை ஆக்ரமித்தது. இத்தாலி எத்தியோபியாவையும், அபிசீனியாவையும் வளைத்துப் போட்டுக் கொண்டது.

பிறகு கம்யூனிச பூச்சாண்டிக் காட்டி ஜெர்மனும் - ஜப்பானும் ஒப்பந்தம் செய்து கொண்டன. இதன் விளைவு 1937ல் ஜப்பான், சீனாவை ஆக்ரமிக்க நுழைந்தது. பீக்கிங், டயன்ஸ்டின், ஷாங்காய் நகரங்களை கைப்பற்றியது. ஜெர்மனியையும் ஆஸ்திரியாவையும் இணைக்க வேண்டும் என்ற ஹிட்லரின் கனவும் நிறைவேறியது.

நாடுகளை பிடிக்க பேராசைக் கொண்ட ஹிட்லர் தனது ராணுவ பலத்தை உச்ச நிலைக்கு கொண்டு வந்து விட்டான்.

இத்தனைக் காரியங்களையும் தனது தேசத்தின் வளர்ச்சியின் ஊடே கவனமாக, உன்னிப்பாக கவனித்துக் கொண்டிருந்தார் ஸ்டாலின்.

ஹிட்லரின் போக்கு ஏகாதிபத்திய நாடுகளான பிரிட்டன், பிரான்ஸ், அமெரிக்கா கைகோர்த்துக் கொண்டு அவனுக்கு எதிராகப் போரிடுவதை உணர்ந்து யுத்தம் மிக அருகில் என்பதை உணர்ந்தார் ஸ்டாலின்.

யுத்தம் ஏற்படும்பட்சத்தில் ஒருபுறம் சமாதானம், சகோதரத்துவம் என்ற போக்கினையே கையாண்டார் ஸ்டாலின். ஆயினும் யுத்தத்தை எதிர் நோக்கவும், பதிலடி கொடுக்கவும் தயாரானார். தமது அண்டை நாடு களுடன் சுமுகமான உறவும், சமாதானமும் ஏற்பட தனது வேலைகளையும் தொடங்கினார்.

இதனூடே செக்கோலோவாக்கியாவை வளைத்துப் போட்டால் ரஷ்யாவை வீழ்த்தி விடலாம் என்ற நோக்கில் அதற்கான முஸ்தீபுகளை தொடங்கினான்.

செக் நாடு விழித்துக் கொண்டது. ஜெர்மனியை எதிர்கொள்வது கடினம். தாம் தனி ஆளாக ஹிட்லரை எதிர்ப்பது கடினம் என்று அறிந்து ஸ்டாலினின் சோவியத் ருஷ்யாவின் உதவியை நாடியது.

செப்டம்பர் 29, 1938 ஜெர்மனி, பிரிட்டன், பிரான்ஸ், இத்தாலி, இதற்கு பின்னிருந்து அமெரிக்கா என நான்கும் சேர்ந்து ஒரு ஒப்பந்தத்தை ரஷ்யாவுக்கு எதிராக கொண்டு வந்தது. அதே சமயம் செக்கோஸ்லா வாகியா மீது படையெடுப்பு தற்போது வேண்டாம், பின்னர் பார்த்துக் கொள்ளலாம் என்று ஹிட்லரிடம் கேட்டுக் கொண்டது.

ஸ்டாலின் இதனை உன்னிப்பாக கவனித்தார். ஏகாதிபத்திய நாடுகள் ஒன்று சேர்ந்து தம் நாட்டுக்கு எதிராக திரண்டு விட்டதை உணர்ந்தார்.

ஹிட்லர் ஒரு பக்கம் போலந்தை பிடிக்கவும் அதன் மூலம் ரஷ்யாவில் ஊடுருவ திட்டம் தீட்டினான். அதேசமயம் ஜப்பான், சைபீரியா மீது ஒரு கண் வைத்தது.

இந்த நிலையில் பிரான்ஸ், பிரிட்டன் உடன் உடன்படிக்கை சாத்தியமா என்று யோசித்தார் ஸ்டாலின். ஆனால், அது நிறைவேறவில்லை.

சோவியத் ஒரு பக்கம் தம் வளத்தை முன்னேற்றிக் கொண்டிருந்தாலும் யுத்தம் பின்விளைவை, வளர்ச்சியில் தொய்வை ஏற்படுத்தும் என்று மனது குறுகுறுத்தது.

சாட்சிக்காரனுடன் மோதுவதை விட்டு சண்டைக்காரனிடம் சமாதானம் பேசிப் பார்க்கலாம் என்று ஒரு தூதுவர் மூலம் ஹிட்லரை அணுகினார். அதன் பேரில் உருவானதுதான் மொலோடோவ் - ரிப்பன் டிராப் ஒப்பந்தம், ஆகஸ்ட் 23, 1939-ல் இந்த ஒப்பந்தம் கையெழுத்தானது.

அந்த உடன்படிக்கை ‘உங்கள் தேசத்தின் மீது நாங்கள் போர்த் தொடுக்க மாட்டோம். நீங்களும் எங்கள் மீது போர்த் தொடுக்கக் கூடாது’ என்று ஸ்டாலின் உத்தரவின்பேரில் கையெழுத்தானது. மேலும் இந்த ஒப்பந்தம் பத்தாண்டு காலத்துக்கென வரையறையும் மேற்கொள்ளப் பட்டது.

ஆயினும் ஸ்டாலினும் ஹிட்லரும் கீரியும் - பாம்பும் போலவே எச்சரிக்கையாக இருந்தனர். ஆனால் ஸ்டாலின் இந்த ஒப்பந்தத்தை சரியாகவே கையாண்டார். இதன் மூலம் சோவியத்தின் எந்திர - பொருளாதார - விவசாய வளர்ச்சிக்கான கால இடைவெளியில் மேம்படுத்திக் கொள்ளலாம் என செயலில் இறங்கினார் ஸ்டாலின்.

ஹிட்லரோ தனது கொடூரப் புத்தியினால் 1939 செப்டம்பர் 1-ல் போலந்தில் ராணுவ ஊடுருவலை தொடங்கி இரண்டாம் உலக யுத்தத்துக்கான போரை தொடங்கி வைத்தான்.

இதன்மூலம் ஹிட்லரின் போக்கை பிரிட்டனும், பிரான்ஸும் உணர்ந்து அமைதி ஒப்பந்தத்தை மீறி செயலைக் கண்டு அஞ்சினர். அடுத்ததும் நம் மீதும் இவன் போர்த் தொடுப்பான் என்பதை உணர்ந்து இவனோடு சமாதானம் பேசிப் பயனில்லை என பிரிட்டனும், பிரான்ஸும், ரஷ்யாவும் தமது அண்டை நாடான கனடா, ஆஸ்திரேலியா, நியூசிலாந்துடன் இணைந்து செப்டம்பர் 3-ஆம் தேதி ஜெர்மனி மீது போர்த் தொடுத்தன.

ஜெர்மனிக்குள் இவைகள் நுழையும் முன்பே ஹிட்லர் முன்னேறி வார்ஸாவுக்குள் நுழைந்து விட்டது ஹிட்லரின் ஜெர்மனிய ராணுவம். இதன்மூலம் போலந்து படைகளை சிதறடித்து விட்டது ஜெர்மனி.

இந்தக் காலக்கட்டத்திலேயே இனியும் பொறுக்க முடியாது என்று போரில் குதித்தது ஸ்டாலின் சோவியத் அரசு.

செப்டம்பர் 1, 1939 தொடங்கிய இடம் ஐரோப்பா, பசிபிக், தெற்கு - கிழக்கு ஆசியா, சீனா, மத்திய கிழக்கு, மத்திய தரைக்கடல், ஆப்பிரிக்கா என யுத்த களமாய் மாறின.

இதில் இரண்டு பிரிவாக பிரித்து போர்த்தொடுத்தன. அவை நேச நாடுகள் - அச்சு நாடுகள்.

நேச நாடுகளாக பிரிட்டன் அதன் பேரரசில் இடம் பெற்றிருந்த பிரான்ஸ் அணியிலும், நாசிக், ஜெர்மனி, பாசிச இத்தாலி ஆகியவை இணைந்து அச்சு அணியை உருவாக்கின.

1941-ல் ஜெர்மன் - இத்தாலி ரஷ்யாவை கைப்பற்ற முனைந்ததால் ஸ்டாலின் தலைமையிலான சோவியத் ஒன்றியம் நேச நாட்டு அணியில் இணைந்தன.

ஸ்டாலின் தலைமையிலான சோவியத் படைகளால் ஐரோப்பாவின் கிழக்கு முனையில் அச்சு நாடுகளின் முன்னேற்றம் தடுத்து நிறுத்தப் பட்டன.

கிழக்கில் 1944-ல் மேற்கு ஐரோப்பாவை மீட்க நேச நாட்டுப் படைகள் கடல் வழியாகப் படையெடுத்தன. கிழக்கில் சோவியத் படைகளாலும் மேற்கில் பிரிட்டானிய, அமெரிக்க, பிரெஞ்சுப் படைகளாலும் தாக்கப் பட்ட ஜெர்மனி ஈராண்டுகளில் வீழ்ந்தது.

இந்தப் போரின் மூலம் ஸ்டாலின் சோவியத் ரஷ்யா வல்லரசாக மிளிர்ந்தது. ஆயினும் 2 கோடிக்கும் மேற்பட்ட சோவியத் ராணுவத் தினரும் மக்களும் உயிர்பலி கொடுத்தனர் என்பதே சோகம்.

ஆயினும், ஸ்டாலின் இரண்டாம் உலக யுத்தத்தின் பங்கு அளவிடற் கரியது. நேச நாடுகளின் ஒத்துழைப்புடன் ஹிட்லரை வென்றெடுத்தார்.

ஒரு பக்கம் அமெரிக்கா ஜப்பானை பந்தாடியது. இன்னொரு பக்கம் ஐரோப்பிய கூட்டமைப்பு நாடுகள் போலந்து, ஜப்பான் நாடுகளைச் சூழ்ந்தது.

இறுதிக் கட்டப் போரில் ஜெர்மானிய ராணுவம் லெனின் கிராடை முற்றுகையிடத் துவங்கியதோடு சோவியத் ராணுவம் பின்னே சென்று ஜெர்மனியை ராணுவத்தை சுற்றி வளைத்து கொன்றொழித்தனர்.

இதற்கு முன்னிலை வகித்தவர் சோவியத்தின் பாதுகாப்பு அமைச்சர் டிமோன் ஷென்கோ, ராணுவத் தலைமைத் தளபதி ஹூகோஷ், துணைத் தளபதி வாதீன் மூலம் களம் கண்டு ஜெர்மானிய ராணுவத்தை சிதறடித்தும், கைது செய்தும், கொன்றொழித்தும் வெற்றி கண்டனர்.

ஸ்டாலினுக்கு அப்போதைக்கப்போது தகவல்கள் சென்றன. ஒரு பக்கம் தம் ராணுவ இழப்பை கண்டு கண் கலங்கினார். இரும்பு மனிதர் மனத்தில் சோர்வும், துக்கமும் சூழ்ந்தன.

ஒரு பக்கம் சோவியத்தின் பொருளாதார வளர்ச்சி, இன்னொரு புறம் தமது தேசத்தை முன்னுதாரணமாகக் கொண்டு பிற தேசங்கள் தொழிலாளி, பாட்டாளி வர்க்கப் புரட்சிக்கு துணை நிற்றல், பிறிதொரு பக்கம் யுத்தம் என திரும்புகிற பக்கமெல்லாம் சோதனையோடு ஸ்டாலின் யுத்தத்தை எதிர்கொண்டார்.

இரண்டாம் உலக யுத்தம் ஆரம்பக் கட்டத்தில் பின்னடைவுகளை சந்தித்தாலும் இறுதியில் ஹிட்லரின் ராணுவத் தாக்குதல்களை சோவியத் செஞ்சேனை படைகளும், மக்களும் துணிவுடன் எதிர்த்தாக்குதல் நடத்தி

அவர்களை பின்னோடச் செய்தனர்.

ஹிட்லரின் விமானத் தாக்குதல், பீரங்கித் தாக்குதல் என குண்டு மழை பொழிந்தாலும் சோவியத்தில் அதனை எதிர்நோக்கும் வகையில் பதுக்கு குழிகள் அமைத்தும், யுத்தத் தொழிற்சாலை தளவாடங்களை உற்பத்தி செய்தவாறு அசுர கதியில் இயங்கி ஆயுதங்களை உருவாக்கினார்.

காணொலியில் தொடர்ந்து ஸ்டாலின், “தோழர்களே, மக்களே, என் சகோதர, சகோதரிகளே, ராணுவப்படை வீரர்களே, அன்பு நண்பர்களே! உங்களில் ஒருவனாக உரையாற்றுகிறேன்.

நமது எதிரி மிகவும் கொடூரமானவன். ஆபத்தானவன், ஜார் ஆட்சியை கொண்டு வரும் முயற்சியில் இறங்கியிருக்கிறான். நமது வளங்களை சுரண்டிக் கொழுக்க விரும்புகிறான்.

ரஷ்யர்களை, பைலோ ரஷ்யர்களை, விதுவேனியர்களை, லாத்வியர் களை, எஸ்தோனியர்களை, உஸ்பெக்குகளை, அஜர்பெஜான்களை, நமது மக்களை ஒட்டுமொத்தமாக அழிக்க முயற்சி செய்கிறான். மீண்டும் அடிமை முறையை கையாளத் துடிக்கிறான். அதற்கு நாம் இடம் கொடுத்தல் தகாது.

‘நாம் சுதந்திரமாக வாழப் போகிறோமா? அடிமை விலங்கை பூட்டிக் கொள்ள போகிறோமோ? என்பதே நம்முன் உள்ள கேள்வி’.

அவரது உரையை கேட்ட மக்கள் கிளர்ந்தெழுந்தனர். குழப்பத்தில் ஆழ்ந்திருந்த மக்களுக்குள் எழும் முன்னேற்ற கேள்விகளுக்கும் நிறுத்தி நிதானமாக விடையளித்தார்.

மக்களின் சோகம் மறைந்தது. வீறு கொண்டு எழுந்து சர்வாதிகாரி ஹிட்லரை உள்வாங்கி அவனை, அவனது படைகளை புறமுதுகு காட்டி ஓடச் செய்தனர்.

ஜெர்மனியின் சில பகுதிகளையும் கைப்பற்றினர். போலந்து ருஷ்யா வசம் வந்தது. ஜெர்மனியின் ராணுவத்தினர் தொடர்ந்து சோவியத் ராணுவத்தின் கைப்பிடிக்குள் சிக்கியது.

ஜூலை *30, 1941* அமெரிக்க அதிபர் ரூஸ்வெல்ட்டின் பிரதிநிதி ஹாரிஹாம்கின்ஸ் மாஸ்கோவில் ஸ்டாலினை சந்திக்கிறார். போர் நிலவரம். ஹிட்லரின் ஆக்கிரமிப்பு ஆகியவை குறித்துப் பேசினர்.

ஸ்டாலின், 'ஹிட்லரை வீழ்த்துவோம், தங்களுக்கு சாதகமாகவே இருக்கிறது' என்று பதிலுரைத்து அவரை அனுப்பி வைத்தார்.

ஹிட்லர் தொடர்ந்து போரில் முன்னேறி கொண்டிருந்தான். செப்டம்பரில் கீவ்நகரைச் சுற்றி வளைத்தான். அடுத்து லெனின் கிராட்தான்.

சோவியத் படைகளும் மக்களும் அவனது படைகளை உள்ளுக்குள் வரவழைத்து சுற்றி வளைத்தது; வீழ்த்தியது.

இதற்கு அடிப்படையாக இயற்கைச் சூழலும் அமைந்தது. அப்போது குளிர்காலம். ஹிட்லரின் படையினருக்கு தேவையான வசதிகள் செய்து தராமல் 'முன்னேறு முன்னேறு' என்ற கோஷத்துடன் வற்புறுத்த பருவ நிலை தாங்காமலும், சோவியத் மக்களின் நெருக்குதலும் படைகள் சிக்குண்டன. பெரும்பாலோர் மைனஸ் 30 டிகிரியில் வசமாய் மாட்டிக் கொண்டனர். மேலும் 50 டிகிரியில் குளிர் வாட்டி எடுக்க பலர் உடல்நிலை பாதிக்கப்பட்டு மடிந்தே போயினர்.

16 நாடுகள் கரம் கோர்த்தன. ஜெர்மனியை நோக்கி நேசப் படைகள் முன்னேறி ஜெர்மனியைக் கைப்பற்றியது.

நவீன சோவியத் வரலாற்றில் சோவியத்தின் பங்களிப்பு உலக யுத்தத்தின் ஒரு மைல் கல் எனலாம். உக்கிரமாய் போர் வெடித்து ஹிட்லரின் நாஜி படைகளை ஓட ஓட விரட்டியது.

இறுதி நாட்களிலேயே அமெரிக்கா களம் கண்டது. அதனின் நோக்கம் ஜப்பானைக் கைப்பற்றுவது அல்லது சின்னாபின்னாமாக்குவது, அதே சமயம் ஹிட்லரின் கொட்டத்தை ஒடுக்குவது, ஹிட்லர் என்கிற விஷ ஜந்துவை அழித்தொழிப்பது என அமெரிக்காவின் நண்பன் பிரிட்டனுடன் சோவியத்தும் இணைந்து ஜெர்மனியை முற்றுகையிட்டன.

சர்ச்சிலும், அமெரிக்க அதிபர் ரூஸ்வெல்டும், சோவியத் சுப்ரீம் ஸ்டாலினும் சந்திப்பு உலகின் அதிசயமாய் பார்க்கப்பட்டன. கம்யூனிஸ்ட் அகிலத்துடன் கை கோர்த்து ஹிட்லரை வீழ்த்த திட்டம் தீட்டி ஆலோசித்து ஒரு முடிவுக்கு வந்தனர்.

இதனை கண்டுணர்ந்த ஹிட்லர் அமெரிக்கா மீது பார்வை செலுத்தி அதன் மீது போர் பிரகடனம் செய்தான்.

போர் இறுதிக் கட்டத்துக்கான சூழலை அவனே ஏற்படுத்திக் கொண்டான்.

அமெரிக்காவும், பிரிட்டனுடன் கை கோர்த்துக் கொண்டு ஜூன் 6, 1944 அன்று பிரான்ஸின் வடக்கு எல்லையில் திரண்டன. 'ஆப்ரேஷன் ஓவர்லார்ட்' என்ற தாக்குதல் ஹிட்லரை நிலை குலைய வைத்தது. ஜெர்மன் படைகள் முற்றாக செயலிழந்து திக்குமுக்காடியது.

பிப்ரவரி 23, 1945 செஞ்சேனையின் 27வது ஆண்டு விழாவில் உரையாடியபோது, "நமது சோவியத் சேனையின், மக்களின் உறுதிமிக்க போராட்டம், போர் வெற்றிக் கனியை நோக்கி பயணிக்கிறது. நமது வீரர்களின் மக்களின் இடைவிடாத எழுச்சிக்கு இந்த போர் ஒரு சான்று. தொடர்ந்து நாம் போராடி வெற்றிக் கனியை பறிக்கும் நாள் வெகு தொலைவில் இல்லை. வெற்றி நமதே" என முழங்கினார்.

சோவியத்தின் ராணுவ பலத்தை மக்களின் தீரமிக்க ஒத்துழைப்பை கண்டு மேற்குலக நாடுகள் அமெரிக்க, பிரிட்டன் கூட்டணி தேசங்கள் வாய்பிளந்து நின்றன.

ஜெர்மன் பிடித்திருந்த தேசங்கள் எல்லாம் அதனின்று விடுபட்டு நெல்லிக்கனிபோல் சிதறி தங்களைக் காத்துக் கொண்டன. அடுத்த இரண்டு மாதங்களில் ஜெர்மன் வீழ்ந்தது.

ஏப்ரல் 30, 1945 அன்று ஹிட்லர் தனது சாவை தானே தேடிக் கொண்டான்.

சோவியத் ஜெர்மனியின் தலைநகரான பெர்லினை கைப்பற்றியது. அமெரிக்க, பிரிட்டன் நாடுகள் அரண்டன. நமது பலத்தை விட ஸ்டாலின் பலம் அவர்களை திக்குமுக்காட வைத்தது.

தனது எண்ணங்களை அமெரிக்க அதிபர் ரூஸ்வெல்ட்டுக்கு கடிதமாக வரைந்தார்.

"போகிறப் போக்கைப் பார்த்தால் சோவியத் ஜெர்மனை கைப்பற்றி விடும். அப்படி நடந்தால் இரண்டாம் உலக யுத்தத்தின் வெற்றிக்கு ஸ்டாலினே முழுமுதற்காரணம் என்ற தோற்றம் ஏற்பட்டு விடும். எனவே இதனை அனுமதிக்கக் கூடாது" என அலறினார்.

பிரிட்டன், பிரான்ஸ், அமெரிக்க கைகோர்த்து கொண்டு பெர்லினை நெருங்கியது. இதற்கு முன்பே ரஷ்யா பெர்லினை நெருங்கி விட்டதால் ரஷ்யா அம்மூன்று ராணுவ அதிகாரிகளையும் அழைத்து சமாதானத்துக்கான முஸ்தீபில் இறங்கியது. அமைதிப் பேச்சு வார்த்தை நடத்தியது. கூட்டணி அமைத்தது.

பின்னர் ஸ்டாலின், 'சமாதானம், சகவாழ்வு' என்பதே எங்கள் தேசத்தின் உயிர்மூச்சு. பிரச்சனைகளை நீங்கள் இனி தீர்த்துக் கொள்ளுங்கள். அந்தக் கூட்டணியிலிருந்து பெருந்தன்மையுடன் விலகியது.

ஸ்டாலின் பெருமையுடன் மக்களிடம் சொன்னார் :

"சோவியத் மக்களின் உழைப்பும் பலமுமே இந்த வெற்றியை நமக்குப் பரிசாக அளித்துள்ளது. பலவிதமான இடர்பாடுகளை, உயிரிழப்புகளை நாம் சந்தித்து விட்டோம். இனி அமைதி திரும்பும் நமது நாட்டை புணருத்தாரணம் செய்யும் பணியில் முழுமையாய் ஈடுபட்டு மீண்டும் ஒரு புத்துலகை நாம் உருவாக்குவோம். உங்களுக்கு என் நன்றி!"

- என்று உரையாற்றினார். இவைகள் பொன்னெழுத்துக்களால் பதிக்கப்பட வேண்டியவை.

★

23. அமைதியை நோக்கி

ஸ்டாலினின் அரசியல் என்பது மார்க்ஸிஸம்; லெனினீசம் உள்ளடங்களியதே. அதனாலே லெனின் ஸ்டாலினை தனக்கு துணையாக வைத்து சோவியத் புரட்சிக்கு வித்திட்டார். பின்னர் ஸ்டாலின் முக்கிய செயற்பாட்டாளராக இயங்கினார். ஸ்டாலினை ஏகாதிபத்ய நாடுகள் ஒரு சர்வாதிகாரியாகவே சித்தரித்தன.

ஆனால் அவர் கருத்துகளால் ஈர்க்கப்பட்ட ஒரு மனிதராகவும், மார்க்ஸின் கோட்பாடு மற்றும் ரஷ்யா, ஜார்ஜிய இலக்கியங்களை வடிக்கும் ஆர்வமுள்ளவராக இருந்தார்.

ரஷ்யா சர்வதேச சக்தி வாய்ந்த பங்கைக் கையாண்டிருப்பதன் மூலம் ஒரு சக்தி வாய்ந்த சர்வதேசவாதியாகவும் செயலாற்றினார்.

சோவியத் புரட்சிக்குப் பின் டிராஸ்கி ருஷ்ய

தேசத்தை இரும்புத்திரை நாடாக்கி ருஷ்ய மக்களே நமது தேசத்தை முன்னிறுத்த வேண்டும் என்றும் சோவியத்துக்கு எதிரான பிறதேசங்களின் உதவியில்லாமல் முன்னேற்ற மக்களை நிர்ப்பந்திக்க வேண்டும் என்றார்.

ஆனால், ஸ்டாலினோ சர்வதேச பார்வையுடன் நமது தேசத்தின் வளர்ச்சிக்கு பிற தேசங்களின் ஒத்துழைப்போடு சமாதான, சகவாழ்வு என்ற சித்தாந்தத்தின் பேரில் அவர்களை பிணைத்துக் கொண்டு தேசத்தின் வளர்ச்சிக்கு பயன்படுத்திக் கொண்டார்.

ஆயினும் ஐரோப்பிய, அமெரிக்க, ஜெர்மன் தேசங்களின் புல்லுருவி தனத்தை அறிந்து கொண்ட அவர் சுயசார்பு நிலையை கையாண்டு தேசத்தின் வளர்ச்சிக்கு மக்கள் சக்தியை பயன்படுத்தினர். அதன்மூலம் விவசாயம், எந்திர தளவாட உற்பத்தி சாதனங்களை தம் இயற்கை வளத்தை அறிந்து ஐந்தாண்டு திட்டம் வகுத்து வளர்ச்சிப் பாதைக்கு தேசத்தைக் கொண்டு சென்றார்.

பாழ்பட்டு, வறுமை மிஞ்சி தாழ்வுற்று கிடந்த தேசத்தை பிற நாடுகள் திரும்பிப் பார்க்கும் வண்ணம் சோவியத் ரஷ்யாவை மீண்டெடுத்தார்.

இவரது ஐந்தாண்டு திட்டமே அக்கால அறிவியல், பொருளாதார வளர்ச்சிக்கு பிற நாடுகள் கையாண்டன என்பது குறிப்பிடத்தக்கது.

இந்தியா சுதந்திரம் அடைந்து நம் தேசத்தின் பிரதமர் ஜவஹர்லால் நேரு, 'பஞ்ச சீல கொள்கை' என்ற பெயரில் ஐந்தாண்டுத் திட்டத்தை இந்தியாவின் வளர்ச்சிக்கு, திட்டங்களை வகுத்தார் என்பது நாம் அறிந்து கொள்ளக் கூடிய ஒன்று.

1927-இல் நடைபெற்ற புரட்சியின் *10*-ஆம் ஆண்டு நிறைவு கொண்டாட்டங்களின் பின்னர் இப்புரட்சியின் அதிகார பூர்வமான பெயராக 'மாபெரும் அக்டோபர் சமூகவுடைமைப் புரட்சி' என்னும் பெயரே வழங்கி வந்தது.

இந்த பத்தாண்டு கொண்டாட்டத்தில் இரண்டு ஐந்தாண்டு திட்டங் களை ஜோசப் ஸ்டாலின் செயல்படுத்தினார். இதன்மூலம் கட்சி, கூட்டுப் பண்ணை விவசாயம், தொழில்துறை வளர்ச்சி, தொடர் வண்டிகளின் முன்னேற்றம் போன்றவை முக்கியத்துவம் பெற்றன.

அடுத்த ஐந்தாண்டு திட்டங்களில் தொழில் வளர்ச்சி இரண்டு மடங்கு அதிகப்படுத்தி இரண்டரை மடங்கு மூலதனம் ஒதுக்கப்பட்டு அனல்மின் நிலையங்கள் கட்டப்பட்டன. தானியங்கள் பிற பகுதிகளுக்கு ஏற்றுமதி செய்யப்பட்டன.

மூன்றாம் ஐந்தாண்டு திட்டங்கள் மூலம் எண்ணெய் உற்பத்தியில் முதலாம் நாடாகவும், எஃகு உற்பத்தியில் மூன்றாம் நாடாகவும், நிலக்கரி உற்பத்தியில் நான்காம் நாடாகவும் வளர்ந்தது.

தொழில் ஏடுகள் ஏற்படுத்தப்பட்டு அதில் தொழிலாளிகளின் தினசரி அலுவல்களும் பதிவு செய்யப்பட்டன.

இரண்டாம் உலகப் போர் நடந்து கொண்டிருந்தபோதே ஸ்டாலின் உடல்நலம் பாதிக்கப்பட்டார். ஆயினும் தொடர்ந்து தேசத்தின் வளர்ச்சிக் கான திட்டங்கள் தீட்டினார்.

இரண்டாம் உலகப் போருக்கு முற்றுப்புள்ளி வைக்க இவர் ஆற்றிய பணிகள் உலக நாட்டின் தலைவர்களால் போற்றப்பட்டன. யுத்த நிறுத்ததுக்கு ஒரு காரண கர்த்தாவாக செயலாற்றினார்.

இவரின் ஓயாத உழைப்பு, புகைப்பிடிக்கும் பழக்கம் தமனிக் கூழ்மை தடிப்பு ஏற்பட்டது. படுக்கையில் வீழ்ந்தார்.

தனது வாழ்க்கை ரஷ்ய தேசத்துக்கும், மக்களுக்கும் அர்ப்பணித்து செயலாற்றியவர். தனது குடும்பத்தின் வளர்ச்சியையோ, பிள்ளைகளின் செயலாற்றலையோ கண்டு கொள்ளாமல் அவர்களின் மக்களின் ஒருவ ராகவே பாவித்து தேசத்து மக்களின் பொறுப்புணர்ச்சி எவ்வாறு வளர்த்தெடுத்தாரோ அப்படியே ஒரு தந்தையாக நடந்து கொண்டார்.

தம் மக்களிடம் கொண்ட நேசம் போல் தனது சொந்த பிள்ளை களிடமும் நேசம் கொண்டார். ஒருமுறை அவரது மகள் கல்லூரியில் பயின்று டிப்ளமோ வாங்கியச் செய்தியை சொன்னபோது அவளை அழைத்து மகள் ஸ்லெத்லானாவிடம் நீண்ட நேரம் உரையாடி அவளது மேல்படிப்பு குறித்தும், வரலாற்றுப் பாடம் எவ்வளவு முக்கியத்துவம் வாய்ந்தது என எடுத்துக் கூறி அவருக்கு வழிகாட்டினார்.

அதேபோல் மகன் யாகோப் 1935களில் சேர்ந்து 14வது படைப்பிரிவில் ஒரு லெஃப்டினெண்ட் ஆனான்.

பைலோ ரஷ்யப் போரில் ஜெர்மனியரால் கைது செய்யப்பட்டான். இட்லர் இதுதான் சந்தர்ப்பம் என்று ஸ்டாலினை மகன் பாசத்தால் வீழ்த்தி விடலாம் என்று கனவு கண்டான். இது குறித்து தொலைபேசியில் தொடர்பு கொண்டு, "யாகோப்பை உங்களிடம் திருப்பி அனுப்ப நாங்கள் தயாராக இருக்கிறோம். ஆனால் ஒரு நிபந்தனை. அதற்கு ஈடாக நீங்கள் சிறை வைத்திருக்கும் கைதிகளை விடுவிக்க வேண்டும். சம்மதமா?" என்று பேரம் பேசினான்.

அதிர்ச்சியில் வீழ்ந்தாலும் ஸ்டாலின், "மன்னிக்கவும், எனக்கு பேரம் பேசி பழக்கமில்லை" என தொலைபேசியை துண்டித்து விட்டார்.

இது குறித்து தம் மகள் ஸ்லெத்லானாவிடம் கூறியபோது, "நான் செய்தது சரிதானே?" என்றார்.

அவளும் "சரியே அப்பா" என்றாள்.

போருக்குப் பின் சோவியத்துடன் பால்டிக் நாடுகளை இணைத்துக் கொண்டனர். பின்னர் மத்திய மற்றும் கிழக்கு ஆசியாவின் சில பகுதிகளில் சோவியத் இணைந்து அரசாங்கங்களை நிறுவியது.

சோவியத் யூனியனும் அமெரிக்காவும் உலக வல்லரசுகளாக உருவெடுத்தது.

1949-க்கு சோவியத் போருக்குப் பின்னால் புனரமைப்பு மற்றும் அதன் வளர்ச்சிக்கு ஸ்டாலின் முன்னெடுத்தார். அதன் வளர்ச்சிக்கு தொடர்ந்து தலைமை தாங்கினார்.

இந்த நாட்களில் சோவியத் மற்றொரு பெரிய பஞ்சம், யூத எதிர்ப்பு பிரச்சாரத்தை அனுபவித்தது. இது மருத்துவர்களின் சதியில் உச்சக் கட்டத்தை அடைந்தது. ஆயினும் அதனை எதிர்கொண்டு வளர்ச்சியின் உச்சத்தை அடைந்தது. இவை அத்தனையும் ஸ்டாலின் மேற்குலக நாடுகள் அறியாவண்ணம் 'இரும்புத் திரை' நாடாக மாற்றி வளர்த்தெடுத்தார்.

ஸ்டாலினின் ருஷ்ய வளர்ச்சி முன்னும் பின்னும் இல்லாத அளவுக்கு உச்சத்தை எட்டியது.

தனது மக்களைப் பார்த்து ஒரு தந்தையாக, தோழராக தன்னை அடையாளம் காட்டிக் கொண்டார்.

ஸ்டாலினின் தோற்றமும் செயல்களும் மிகவும் வித்தியாசமாக அனைவராலும் கண்டுபிடித்தது.

அவரது ஓவியங்களும் சிலைகளும் அவரை பொதுக் கண்ணோட்டத் தோடு பார்க்கும் போது தன்னுடைய கடந்த காலத்தை தனது குழந்தைப் பருவத்தில் தொடங்கி இளமைப் பருவத்தில் ஆண்மையோடு புரட்சியில் அவரது பங்கு ஆகியவற்றின் மூலம் தன்னை உயர்த்திக் கொண்டார்.

இருப்பினும், அவருக்கு எதிரானவர்களை அழித்தொழித்தது. அதன் வழி கதைகள் பல இருந்தாலும் அதனை புறந்தள்ளியே அவரை அணுகுதல் வேண்டும்.

காரணம் அந்த எதிர்ப்புகளை அவர் சந்தித்திராவிட்டால் பாரதி பாடியதுபோல் ‘புதிய ருஷ்யாவை’ நாம் கண்டிருக்க முடியாது.

அவரை சர்வாதிகாரியாக சித்தரிப்பது மேற்குலக நாடுகளின் சர்வாதிகார சிந்தனை என்றே சொல்ல வேண்டும்.

அவருக்கு எதிரானவர்களை அழித்தொழித்தார் என்பது அவருக்கு பின்னடைவே தந்திருக்க வேண்டும். ஆனால், சோவியத் மக்கள் தமது தேசத்தின் வளர்ச்சிக்கு அவர் ஆற்றிய பணிகளை கொண்டாடி இரண்டாம் உலகப் போருக்கு பின் தொடர்ந்து அவரது தலைமையில் இயங்க முடிவெடுத்தனர்.

இரண்டாம் உலக யுத்தத்தில் இட்லருக்கு எதிராக அமெரிக்காவின் ரூஸ்வெல்ட், பிரிட்டனின் வின்செண்ட் சர்ச்சில், ஸ்டாலின் கூட்டணி உலக நாடுகளால் ஒரு கூட்டு எதிரியை எதிர் கொண்டு வீழ்த்திய தந்தோரோ பாயம் ஸ்டாலினின் தீர்க்க தரிசன செயல்பாடு என்றே சொல்ல வேண்டும்.

அதே சமயம் உலகப் போருக்குப் பின் உலக நாடுகள் இனி போர் நிகழாவண்ணம் ஒரு சமாதான உடன்படிக்கை கொண்டதும், ஆக்கிரமித்த தேசங்களை அந்தந்த தேசங்களுக்கே திரும்பி வழங்கியது பிற நாடுகளுக்கு முன்னுதாரணமாக அடையாளம் காட்டினார்.

இரண்டாம் உலகப் போர் முடிந்ததும் ஐரோப்பாவை மறு கட்டமைக்கும் பணி தொடர்ந்தது.

ஸ்டாலினின் தத்துவத்தின் கீழ் உலகப் போருக்கு பின் அவர் வழியே சீன, வடகொரியா, தென்கொரியா, கியூபா என கம்யூனிச சித்தாந்தத்தை

பதாகை ஏந்தி புரட்சிகள் நடத்தி இன்று வல்லாண்மை செலுத்தும் அமெரிக்காவுக்கு எதிராக முதலாளித்துவ சிந்தனையிலிருந்து விலகி மக்களுக்கு எல்லாரும் எல்லாமும் பெற வேண்டும் என்ற வழியில் பீடுநடை போட்டன. அதில் வெற்றியும் பெற்று நிமிர்ந்து நிற்பதை கண்டுணர்ந்து வருகிறோம்.

இது குறித்து பீதியை மேற்குலக நாடுகள் கை கொண்டாலும் இத்திசை வழியே நாளை உலகம் வென்றெடுக்கும்.

சோவியத் கம்யூனிஸ்ட் தலைவர் ஜோசப் ஸ்டாலின் தன் இறுதி நாட்கள் தொழிற்சங்க மண்டபத்திலேயே கழித்தார்.

அவரது இறுதிக்காலம் உலக சமாதானத்துக்கான செயற்பாட்டிலே பயணித்தார்.

சோவியத் யூனியனை மீண்டும் தட்டியெழுப்பவும், பாலங்கள், கால்வாய்கள் ஒன்றிணைக்கும் செயல்திட்டங்களில் முனைப்பு காட்டினார்.

இதனால் தன் தேசத்துக்காக தன் மகனை இழந்தார். இப்படி அவரது தேசத்துக்கான அர்ப்பணிப்பு அளவிடற்கரியது.

தம் மக்களோடு பலவேறு முரண்பாடுகள் கொண்டாலும், பின்னர் சமாதானமாகி அவர்களோடு நீண்ட நேரம் உரையாடி மகிழ்வார்.

உடல்நிலை பாதிக்கப்பட்டு மருத்துவர்களின் ஆலோசனை ஓய்வு எடுத்தாலும் தனது 74-ஆம் வயதில் 1953-ஆம் ஆண்டு மார்ச் 5-ஆம் நாள் தன் மூச்சை நிறுத்திக் கொண்டார்.

தனது இறுதிக்காலம் வரை பொதுவுடைமைக் கட்சியின் செயலாளராகப் பணியாற்றி இன்று ஒரு வல்லரசாக சோவியத் ரஷ்யா விளங்க வித்திட்டவர் ஸ்டாலின் என்பதில் இருவேறு கருத்துக்கு இடமில்லை.

அவரின் தேச புணருத்தாரண வளர்ச்சியே பிறதேசங்களுக்கு வழி காட்டியது எவராலும் மறுக்க முடியாத ஒன்று.

★

24. முறுக்கு மீசைக்கில்லை குறுக்கு சிந்தனை

குன்றுஏறி யானைப்போர் கண்டுஅற்றால் தன்னகத்து ஒன்று
உண்டாகச் செய்வான் வினை   - குறள் 758

ஒருவன் தனக்கு உடைமையான பொருளை வைத்துக் கொண்டு செயலாற்றுவது என்பது மலையில் மேல் ஏறிநின்று கீழே நடக்கும். யானைப் போரை காண்பது போன்று அவரது செயலாற்றல் அமையும்.

இருப்பதை கொண்டு சிறப்புடன் வாழாமல் தேசங்களை கைப்பற்ற நினைப்பது எத்தகைய அறிவீனம். இதற்கு உதாரணமாக கடந்த இரு நூற்றாண்டுகளுக்கு முன்பு தனக்குரிய இடத்தை விட உலகை தன் கைவசம் கொள்ள முதன் முதலில் நெப்போலியன் உலக போருக்கு வித்திட்டான்.

அதற்குப் பின் ஆங்கில ஏகாதிபத்திய பேரரசு முதல் உலகப் போர், இரண்டாம்

உலகப் போர் என நாடு பிடிக்கும் ஆசையில் இறங்கி மக்களை பலிகடா ஆக்கியது.

ரஷ்ய மன்னர் ஆட்சிக்கு முடிவு கண்டு சோவியத் ருஷ்யாவில் லெனின் போல்ஸ்வீக் கட்சி ஆட்சி பொறுப்பு ஏற்றபின் உலக அளவில் எந்த மாற்றமும் நிகழவில்லை. ஆயினும் ஆட்சிக் கட்டிலில் ஏறிய தொழிலாளர் நல பேரரசுக்கிடையே மக்களிடையே பிரிவுகள் இருந்தாலும் தம் தேசத்தை ஒன்றிணைப்பதில் ஒன்றாகவே செயல்பட்டாலும் சித்தாந்த ரீதியில் பிளவுபட்டே இருந்தனர்.

இவ்வாறானச் சூழலில் ஆங்கில ஏகாதிபத்தியத்துக்கு எதிரான போரில் இட்லர் இறங்குகிறார். அவருக்கு துணையாக இந்திய சுதந்திரத்துக்கு நேதாஜி அவருடன் கை குலுக்குகிறார்.

இதற்கு மௌன கூட்டாணியாக ஸ்டாலின் எதிர் நிற்கிறார்.

ஜெர்மன், தென் ஆப்பிரிக்கா, பிரான்ஸ், ஆஸ்திரியா என படை யெடுத்து நாடுகளை பிடிக்க துவங்கியது. ஆரம்பக் காலத்தில் ரஷ்யாவின் உக்ரைனில் இட்லரை வரவேற்று, கை கோர்த்து நின்றாலும் பின்னர் அவரது நாடு பிடிக்கும் பாசீச கொள்கைக்கு எதிராக அமெரிக்க - பிரிட்டன் உடன் இணைந்து போர் பிரகடனம் செய்து, ரஷ்ய மக்கள் ஆதரவுடன் களத்தில் இறங்குகிறார்.

ஒருபுறம் இட்லருக்கு எதிராக ... நேச நாடுகளுடன் கை கோர்த்தாலும் பிற தேசங்களை ஆக்ரமிக்கவோ, நில ஆக்கிரமிப்போ செய்யவோ ஸ்டாலின் விரும்பவில்லை.

அதே நேரத்தில் தன் எல்லைகளை பாதுகாத்து இன்றைய உக்ரைன் வரை சோவியத்துக்குள் அடக்கி ஒரு குடையின் கீழ் கொண்டு வந்த பெருமை ஸ்டாலினுக்கே உண்டு.

இட்லர் தனது 'மெயின் கேம்ப்' நூலில் இந்தியா குறித்து அக்கால ஏகாதிபத்திய வல்லரசுகளின் ஆதிபத்தியத்தில் வீழ்ந்து கிடந்ததையும் இந்திய சரிதத்தையும் அதில் சிக்குண்டு கிடக்கும் மக்களையும் விரிவாக பதிவு செய்கிறார்.

ஜப்பானும், ஜெர்மனியும் இணைந்து ஆங்கிலேயே ஏகாதிபத்தியத்துக்கு எதிராக போரில் இறங்கி காக்காய் - குருவிகளை சுட்டு தள்ளுவது போல் சுட்டுத் தள்ளி பாசிச நடவடிக்கைகளில் இறங்குகின்றனர்.

இதனை எதிர்கொள்ள தத்துவார்த்த நிலைப்பாட்டில் ஸ்டாலின் முன்னின்று இணைந்து வெற்றிக் கூட்டணியாக அமைத்து இட்லரை அழித்தொழித்தார்கள்.

ஒருபுறம் போரில் சமாதான உடன்படிக்கை, மறுபுறம் தேசத்தின் ஒருங்கிணைப்பு - தேசத்தின் வளர்ச்சி என்ற நோக்கில் செயல்பட்டதால் அவருக்கு சோவியத் ரஷ்யாவில் சிலைகள் வைக்கப்பட்டு போற்றப் பட்டார்.

அதே நேரத்தில் அவருக்கு எதிராக நின்றவர்களை வேரோடு மண்ணாக அழித்தொழித்தார் என்பதுவும் வரலாறு.

ருஷ்யாவில் எங்கோ சிறு கிராமமான ஜார்ஜியாவில் பிறந்து சோவியத்தின் தலைவராகி அகண்ட ரஷ்யாவை ஒன்றிணைத்து தொலைநோக்கு பார்வையுடன் செயலாற்றினார். ஆயினும் ‘சர்வாதிகாரி’ என்ற முத்திரை குத்தும் சூழலும் அவருக்குப் பின்னால் இருந்தது.

காலதேச வர்த்தமானத்தில் ருஷ்யாவின் வளர்ச்சிப் போக்கில், ‘பிரிந்து போகும் உரிமை’ என்ற போர்வையில் சோவியத் யூனியன் சிதறுண்டது.

அவர்கள் சுதந்திரமாக செயலாற்றவும் வழிவகுத்தது. ஆயினும் ஏகாதிபத்தியத்தின் பிடிக்குள் அகப்பட்டு இன்று உக்ரைன் அல்லலுறுகிறது என்பதே நிதர்சனம்.

90கள் வரை சுமுகமான சூழலே இருந்தாலும் ஏகாதிபத்தியத்துக்கு எதிராக அமெரிக்காவுக்கு எதிராக ‘சோகுவேரர் கொடியுயர்த்தி கியூபா’-வை அதன் பிடியிலிருந்து விடுவித்தார் என்பது வரலாறு.

ஏகாதிபத்திய ஆங்கிலேயர்களுக்கு எதிராக ஸ்டாலின் சிறப்பான செயல்பாடுகள் வரவேற்கத்தக்கதே.

அதேசமயம் ஒவ்வொரு தேசத்திலும் அவரை அபாயகரமாகவே சித்தரிக்கிறார்கள்; பேசப்படுகிறார்கள்.

தனது எதிரியை வீழ்த்த அன்றைய காலத்தில் அவர் கையாண்ட முறைகள் அவசியமாய் இருந்தது.

பின்னாளில் அம்மக்கள் அதனை ஏற்கவில்லை. அதன் விளைவை இப்போது சந்தித்து வருகிறார்கள் என்பதே நிதர்சனம்.

- ஜெ. ஜெயசிம்மன்

★

25

ஜோசப் ஸ்டாலின் வாழ்வியல் பருவங்கள்

1879	டிசம்பர் 21, ஜார்ஜியாவில் பிறப்பு
1888	பள்ளியில் நுழைவு
1894	உயர்நிலை பள்ளிப்படிப்பு
1899	மத எதிர்ப்பு திசையில் பயணிக்க பள்ளியிலிருந்து வெளியேற்றப்படுதல்
1903	அரசியலில் ஈடுபடல், மக்களை புரட்சிக்கு தூண்டும் சொற்பொழிவு, முதல் கைது
1904	முதல் மாதத்திலேயே சைபீரியாவிலிருந்து தப்பித்தல்

1905	ஜார் ஆட்சியின் அராஜகம், மக்களின் கொந்தளிப்பு, டூமாஸ் என தேர்ந்தெடுக்கப்பட்ட பிரதிநிதிகளின் ஆட்சி அமைப்பு. அதில் போல்ஸ்வீக், மென்ஸ்வீக் பிரதிநிதிகள் பங்கேற்பு
	எகாதெரினாவை திருமணம் செய்தல்
	போல்வீக் மாநாட்டில் கலந்து கொள்ள பின்லாந்து செல்லல்
	லெனின் சந்திப்பு
1907	மகன் யாகோப் பிறந்தார்
1912	போல்ஸ்வீக் கட்சியில் மத்தியக் குழுவில் இடம் பெறல்
	அக்டோபரில் மனைவி மரணம்
1913	லெனினுடன் இணைந்து பத்திரிகைப் பணி, ஆசிரியர் பொறுப்பு, 'மார்க்ஸியமும் தேசிய நிலைப்பாடும்' என்ற நூலை வடித்தல்.
1914	முதல் உலக யுத்தம்
1917	ரஷ்ய புரட்சியின் ஆரம்ப நிலை. ஜார் ஆட்சி கவிழ்ப்பு. தற்காலிக அரசு அமைத்தல்.
	ஏப்ரலில் ஸ்டாலின், லெனின் ரஷ்ய தலைநகர் பீட்டர்ஸ்பர்க் திரும்புதல்.
	நவம்பரில் தற்காலிக அரசு கவிழ்க்கப்பட்டு போல்ஸ்வீக் கம்யூனிஸ்ட் கட்சி ஆட்சி அமைக்கிறது.

1918	இரண்டாம் மனைவியாக நாடேஷா அலவு யோவை திருமணம் முடித்தல் - முதல் உலகப் போர் முடிவுக்கு வருகிறது.
1918-20	ரஷ்யாவில் மென்ஸ்வீக்குகளின் கொட்டம் - கொந்தளிப்பு. ஸ்டாலின் தலைமையில் முறி யடித்தல்.
1921	ஸ்டாலினின் இரண்டாவது குழந்தை வாசிலின் பிறப்பு.
1922	சோவியத் ரஷ்யா உருவாதல் (Union of Soviet Socialist Rebublics) பொதுச் செயலாளராக தேர்ந்தெடுத்தல்.
1924	லெனின் மரணம்
1924-25	மென்ஸ்வீக்கின் தலைவர் டிராஸ்கியின் கொள்கைகள் பகீரங்கமாக எதிர்த்தல்
1926	மூன்றாவது மகள் ஸ்வெத்லானா பிறப்பு
1927	முதல் ஐந்தாண்டு திட்டங்கள் அறிமுகம்
	காமனோவ், ஜிநோவிபேஷாயாவும் வெளி யேற்றப்படுதல்
1931-32	சோவியத்தில் பஞ்சம்
1934	கிரோவ் படுகொலை
1939	இரண்டாம் உலக யுத்தம் தொடக்கம்
1940	மெக்ஸிகோவில் டிராஸ்கி படுகொலை
1941	ஜுன் 21ல் இட்லர் சோவியத் முற்றுகை

1942-43	இட்லரின் படைகளை சுற்றி வளைத்தல், ஜெர்மனியை கைப்பற்றல்.
	நவம்பரில் ஸ்டாலின் - ரூஸ்வெல்ட் - சர்ச்சில் சந்திப்பு
1945	இட்லரின் தற்கொலை மரணம். உலக யுத்தம் முற்றுப் பெறுதல்
1949	ஸ்டாலின் எழுபதாம் பிறந்த நாள். நோய் வாய்ப்படுதல்.
1953	மார்ச் 5-இல் தனது மூச்சை நிறுத்திக் கொள்ளுதல்.

★

ஆசிரியரின் பிற நூல்கள்

தொகுப்பு நூல்கள் :

1. புலவர் கோவேந்தன் - கவிதைகள் - சிறுவர் இலக்கியம் - மொழி பெயர்ப்புகள் - கவிதை - உரைநடைகள், வானம்பாடி இதழ் தொகுப்பு.
2. ஊனத்தை வென்றவர்கள்
3. ஜெயகாந்தன் - பார்வைகள் - பதிவுகள்
4. ஜெயகாந்தனின் 'கல்பனா காலம்'
5. ஜெயகாந்தனின் கண்ணதாசன் இதழ்க் காலம்
6. எழுத்துவேந்தர் ஜெயகாந்தன் - காலமும் கருத்தும்
7. ஜோசப் ஸ்டாலின்
8. வின்செண்ட் சர்ச்சில்
9. அஷ்ட பிரபந்தம் - உரையுடன்
10. ராமானுஜரின் பிரம்ம சூத்திரம்

•